उःशाप

I0627829

वि. स. खांडेकर

मेहता पब्लिशिंग हाऊस

USSHAP by V. S. KHANDEKAR

उःशाप : वि. स. खांडेकर / कथासंग्रह

© सुरक्षित

मराठी पुस्तक प्रकाशनाचे हक्क मेहता पब्लिशिंग हाऊस, पुणे.

प्रकाशक : सुनील अनिल मेहता, मेहता पब्लिशिंग हाऊस,
१९४१, सदाशिव पेठ, माडीवाले कॉलनी, पुणे - ४११०३०.

मुखपृष्ठ : चंद्रमोहन कुलकर्णी

प्रकाशनकाल : १९६४ / १९९३ / ऑगस्ट, १९९७ / डिसेंबर, २००६/
नोव्हेंबर, २०१३ / जून, २०१६ / पुनर्मुद्रण : जुलै, २०१७

P Book ISBN 9788171617166

E Book ISBN 9789386454027

E Books available on : play.google.com/store/books
www.amazon.in

लतादाई मंगेशकर
व
हृदयनाथ मंगेशकर
यांच्या स्नेहशीलतेस

दोन शब्द

आज एक लहानसा कथासंग्रह घेऊन वाचकांच्या भेटीला येत आहे. पुष्कळ दिवस शाळा चुकवून एके दिवशी वर्गात उगवणाऱ्या विद्यार्थ्याच्या मन:स्थितीचा अनुभव मी घेत आहे.

हातात परडी आहे; पण तिच्यात अगदी मोजकी फुले आहेत!

दृष्टी आणि प्रकृती यांच्या प्रतिकूलतेमुळे रसिकांच्या सेवेत फार मोठा खंड पडला आहे. अनेक संकल्पांबाबत वाचकांकडून विचारणा होत असते. लवकरच अधिक भरीव असे काहीतरी सादर करीन, असा भरवसा बाळगून आहे.

– वि. स. खांडेकर

अनुक्रमाणिका

चालता चालता मी थांबलो. तसे काहीच अघटित घडले नव्हते रस्त्यावर! मोटारीचा भीषण अपघात झाला नव्हता की, कुणी चित्रपटतारका राजमार्गावर अवतरली नव्हती! रस्त्यावरली सारी रहदारी सुरळीत सुरू होती. मी थांबलो तो कोपऱ्यावरल्या कडुलिंबाच्या उंच झाडाखाली थाटलेले नवे दुकान पाहून! या झाडाखाली बहुधा एक तरुण चांभार बसलेला दिसे. त्याच्याकडून दोन-तीन वेळा वहाणेचा तुटलेला अंगठा मी दुरुस्त करून घेतला होता; पण आज त्या जागी राज्यक्रांती झालेली दिसली.

त्या तरुण चांभाराऐवजी एक म्हातारा मुसलमान बसला होता तिथे! त्याच्या डोळ्यांवर जुना जस्ती चश्मा होता. अंगात खूप लांड्या बाह्या असलेला विटका कोट होता. त्याच्या विचित्र तांबसर दाढीमुळे कोटाचा विटकेपणा अधिकच जाणवत होता. बहुधा ती दाढी त्याने रंगवून तांबडी केली असावी. समोर शे-पाऊणशे लहानमोठी, फाटकीतुटकी पुस्तके पसरून ही स्वारी स्वस्थ बसली होती. हा मालक व हे जुन्या पुस्तकांचे दुकान यांच्यामध्ये काहीतरी गूढ नाते आहे

पूल

असे मला वाटले. मग मनात आले,

'हे दृश्य एखाद्या कुशल चित्रकाराने रेखाटले तरच ते अर्थपूर्ण रीतीने प्रगट होईल.'

मात्र मी या दुकानापाशी थांबलो, तो माझ्या आवडीमुळे. ते जुन्या पुस्तकांचे नवे दुकान पाहून माझ्यातला नादिष्ट वाचक जागा झाला. भाविक माणूस कुठल्याही देवळापुढे उभा राहून हात जोडल्यावाचून कधी पुढे जातो का? मीही असाच आहे. कदाचित लेखक होणाऱ्या माणसाला हा नाद आपोआप जडत असावा! ते काही असो, जुन्या पुस्तकांच्या कुठल्याही दुकानापाशी घटकाभर रेंगाळून, ती पुस्तके चिवडल्यावाचून माझे पाऊल काही पुढे पडत नाही.

मी म्हाताऱ्याच्या पुढ्यात जाऊन बसलो. पुस्तके चाळू लागलो. पुस्तकांत तसा काही दम नव्हता. मासिकांचे जुने अंक, कवींनी हौसेने छापलेले; पण लोकांनी

विकत न घेतल्यामुळे रस्त्यावर आलेले काव्यसंग्रह, तांबड्या-निळ्या शाईत छापलेल्या चित्रपटांच्या पद्यावल्या, असला गळाठाच भरला होता तिथे. या पुस्तकांच्या जवळच एक भलामोठा वह्यांचा ढीग पडला होता. काहीतरी चाळा हवा म्हणून मी तो विसकटून पाहू लागलो. मनात आले,

'काय नेम सांगावा? कॉलेजातली आपलीच एखादी वही पृथ्वीपर्यटन करून या म्हातारबुवांच्या आश्रयाला आली असेल!'

प्रत्येक वहीचे मिळेल ते पान उघडीत आणि ती बाजूला करीत मी बसलो होतो. म्हाताऱ्याकडून विकत घेण्याजोगे पुस्तक मिळणे कठीण होते. त्याच्या चेहऱ्याकडे पाहिले, म्हणजे याला चार-दोन आणे दिल्यावाचून उठणे बरे नव्हे असे वाटत होते; पण त्यासाठी त्याच्याकडून काहीतरी खरेदी करायला हवे हे उघड होते.

या विचारात असतानाच मी एक वही उघडली. अगदी मधे मोत्यांसारख्या अक्षरात त्या पानावर काहीतरी लिहिले होते. 'पहाटे उठण्याचे फायदे' किंवा 'मी मंत्री झालो तर?' अशा विषयावरला तो एखाद्या शाळकरी पोराचा निबंध असेल असे प्रथम वाटले. पण त्या पानावरले पहिले वाक्य मी वाचले मात्र! माझ्या अंगातून एकदम एक विचित्र चमक शहारे उठवीत निघून गेली. ते वाक्यच तसे होते.

'अमावास्येच्या या मध्यरात्री माझ्या पावलांनी पुन्हा मला या पुलाकडं ओढून आणलं आहे.'

कुणातरी लेखकाच्या कथेचा किंवा कादंबरीचा तो प्रारंभ असावा! त्या वाक्याने मी बेचैन झालो. पुढचा मजकूर वाचण्याची विलक्षण उत्सुकता मनात निर्माण झाली. मी पुढले पान उघडले. त्यातल्या मधल्या ओळींवर माझी नजर केली.

'कुठं आहे शैला? कुठं आहे ती? तिच्यावर तुझं प्रेम होतं ना? बोल, खरं बोल. मग ती या पुलाच्या कठड्यावरून तोल जाऊन कशी पडली?'

ही वाक्ये वाचून तर माझे कुतूहल शिगेला पोहोचले. मी मान वर केली. त्या म्हाताऱ्याला वहीची किंमत विचारली. माझे अनावर कुतूहल माझ्या डोळ्यांत स्पष्ट उमटले असावे!

म्हातारा शांतपणे म्हणाला,

'आठ आणे!'

मी त्याच्याशी थोडी घासाघीस करण्याचा प्रयत्न केला; पण मी त्या वहीतली पाने पुन:पुन्हा चाळीत आहे, हे त्याच्या लक्षात आले होते. तो सुखासुखी खाली उतरेना. शेवटी सहा आण्यांवर आमची तडजोड झाली.

मी ती वही घेऊन मोठा मौल्यवान ठेवा सापडल्याच्या धुंदीत घरी आलो.

रद्दीत सापडलेली ही कथा केव्हा वाचतो, असे मला होऊन गेले होते. चहाची वाटसुद्धा न पाहता मी ती वाचू लागलो -

'अमावास्येच्या या मध्यरात्री माझ्या पावलांनी पुन्हा मला या पुलाकडं ओढून आणलं आहे.'

माणसाचे मन जितके कठोर, तितकेच दुबळे असते काय?

बरोबर तीन महिने झाले त्या भीषण अपघाताला! पण...

छे! मध्यरात्रीच्या आगे-मागे एकदम जाग येते. तो सारा प्रसंग जशाचा तसा डोळ्यांपुढे उभा राहतो. तो मिट्ट अंधार... ते फेसाळणारे पाणी... त्या पाण्यात अदृश्य होणारी शैलाची ती आकृती...

मग मन बेचैन होते. पंख कापलेल्या पाखरासारखे जागच्या जागी तडफडते. परीटघडीच्या पलंगपोसाला कुसे लागली आहेत, असे वाटू लागते. सावरीच्या उशीचा क्षणार्धात फत्तर बनतो. समुद्रावर पिसाट तुफान घोंगावत राहावे, तसे काहीतरी काळजात होते. जीवनशक्ती झोकांडे घेऊ लागते. काळोखाच्या अकराळ-विकराळ लाटांच्या जबड्यात तिचा चक्काचूर होईल की, काय या भीतीने मी अर्धमेला होतो.

शेकडो आगगाड्यांच्या कर्कश शिटांच्या मिश्र आवाजाला मागे टाकणाऱ्या भयंकर स्वराने माझे अंतर्मन किंचाळू लागले...

'शैला, शैला, शैला!'

पुढच्याच क्षणी पोटच्या पोराचा गळा दाबणाऱ्या दारूबाजाच्या बेभान आवाजाने कुणीतरी मला प्रश्न करते,

'कुठं आहे शैला? बोल, बोल, कुठं आहे ती? तिच्यावर तुझं प्रेम होतं ना? बोल, खरं बोल. मग ती पुलाच्या कठड्यावरून पुराच्या पाण्यात कशी पडली?'

या प्रश्नाचे उत्तर काय देऊ? कसे देऊ? शिकारी कुत्र्याला चुकविण्याकरता बीळ शोधणाऱ्या सशासारखे माझे मन धावत सुटते. सारे घर खायला उठते. शेवटी बिचारे शरीर घराबाहेर पडून वाट फुटेल तिकडे जाते. 'अशानं तुझी तब्येत बिघडेल, रे!' हे म्हाताऱ्या मावशीचे मायेचे शब्द त्याला रोखू शकत नाहीत. झोपेत हसणाऱ्या चिमण्या छायेची गोड मुद्राही त्याला मागे ओढायला समर्थ होत नाही.

गावाबाहेरच्या पुलाकडे जायचे नाही, असे मनाशी ठरवून मी घराबाहेर पडतो. भुतासारखा गावात भटकतो. मधेच एखाद्या चित्रपटगृहाचे लखलखणारे दिवे माझी

दृष्टी वेधून घेतात. वाटते तडक आत शिरावे! नाटकी प्रेमाच्या, बेगडी सौंदर्याच्या आणि अर्थशून्य गाण्यांच्या कृत्रिम धुंदीत स्वत:ला बुडवून टाकावे.

पण तिकिटाच्या खिडकीपाशी गेलो की, माझे लक्ष तिथल्या भल्यामोठ्या पोस्टरकडे जाते. त्या चित्रातली नायिका पाहून माझे मन म्हणू लागते,

'वेड्या, शैलाची बटीक होण्याइतकीसुद्धा या बाईची लायकी नाही. या नकली अप्सरेचं प्रेम तासाभरात सफल होईल. ती त्या बथ्थड नायकाच्या गळ्यात गळा घालून गाऊ लागेल! पण हे चित्र पाहताच गेली सहा वर्षे तुझ्या डोळ्यांपुढे नाचू लागतील... तुझ्या डोळ्यांतून धारा वाहू लागतील, उगीच हात दाखवून कशाला अवलक्षण करून घेतोस?'

प्रत्येक वेळी असे घडे! असल्या पोस्टरांकडे उपहासाने पाहत मी म्हणे,

'शाईच्या पिपात केरसुण्या बुडवून चित्रे रंगविणारे हे कलावंत! माझं एकही चित्र यांनी पाहिलं नसेल कधी!'

थिएटर मागे टाकून दूर गेलो की, मन अधिकच बेफाम होई. कितीतरी वेळ रस्त्यावर एखाद्या वेड्यासारखा असंबद्ध विचारांच्या जाळ्यात गुरफटून मी उभा राही. वाटे, पडद्यावरच्या बाहुल्या आपल्या मनातला ज्वालामुखी विझवू शकणार नाहीत; पण एखादी खरीखुरी सुंदर स्त्री...

विजेसारखा तो विचार मनात येई. विजेसारखा त्याचा मला धक्का बसे.

डोळ्यांपुढे वडिलांची ती उग्र, भव्य, करारी मूर्ती उभी राही. त्यांचे निष्कलंक चारित्र्य... त्यांची मूर्ती दिसेनाशी झाली की, तिथे शैला प्रगट होई. तिच्या मोहक डोळ्यांतली ती धारदार नजर - जिला ती रत्नजडित कट्यार म्हणत असे, ती नजर - त्या नजरेतून निखारे फुलू लागत. त्या निखाऱ्यांवरून माझ्या मनाला फरफटत ओढीत नेत ती विचारीत राही,

'हेच का तुझं माझ्यावरलं प्रेम! नीळकंठ, हेच का...'

मग पतंगाचा दोरा तुटे, वावडी भरकटू लागे. पुलाकडे जायचे नाही, हा निश्चय कुठल्या कुठे नाहीसा होई.

आजही असेच झाले.

त्या काळरात्री या पुलावर- इथे- या जागी आम्ही दोघे अगदी खेटून बसलो होतो. का कोण जाणे, या जागेकडे पाहत राहिले की, माझ्या मनावरचा भार हलका होतो!

किती विचित्र आहे हे! जिथून शैला खालच्या महापुरात पडली, ती जागा खरोखरच मला दृष्टीसमोर नकोशी व्हायला हवी! असे असताना या जागेची माझ्या मनावर अशी मोहिनी का पडावी? या आकर्षणाच्या आड दैवाने एखादे भयंकर रहस्य लपवून तर ठेवले नसेल ना? खुनी मनुष्याला खुनाच्या जागी

जाण्याचा मोह अनिवार होतो असे म्हणतात! तसे काहीतरी या विचित्र ओढीच्या मागे...

मनाची चाल सापापेक्षाही वाकडी असते काय?

हा विचित्र विचार माझ्या मनात का यावा?

शैलावर माझे किती प्रेम होते, हे साऱ्या जगाने पाहिले आहे. जिला मी फुलासारखा जपत होतो, तिचा मी चोळामोळा करीन? मी तिला पुरात ढकलून दिले असेल? त्या काळरात्री तीच हट्टाने या दगडी कठड्यावर बसली. मी रागावलो होतो, ती संतापली होती. घरात मावशी तापाने फणफणत असताना चित्रपटात जायचा हट्ट तिने त्या दिवशी धरायला नको होता; पण...

चित्र संपले! मला दुसऱ्याला त्रास देता येतो, हे दाखवण्यासाठी अवसेच्या काळोखात मी तिला या निर्मनुष्य पुलावर घेऊन आलो. ती पावलोपावली धुसफुसत होती. नवरेपणाचा हक्क गाजविण्याचा आनंद मी उपभोगीत होतो. संतापाच्या भरात पुलाच्या या कठड्यावर पाय सोडून ती बेफिकीरपणे बसली! शब्दाने शब्द वाढत गेला आणि शेवटी...

बेहोश होऊन एखाद्या वेडीप्रमाणे नाचत सुटलेली खालची नदी... काजळी धरलेल्या पणत्यांप्रमाणे लुकलुकणाऱ्या वरच्या चांदण्या... पलीकडच्या किर्र झाडीतून ऐकू येणारे रातकिड्यांचे सुतकी संगीत... पुलाच्या आसपास पसरलेली स्मशानशांतता... मधेच कठड्यावर बसलेले दोन दगडी पुतळे!

मला शैलाबरोबरची ती पहिली रात्र आठवली. अमावास्येच्या नि:शब्द मध्यरात्रीच्या पार्श्वभूमीवर प्रीतीचे प्रतीकात्मक चित्र किती सुंदर रंगविता येईल, असे...

याच क्षणी शैलाने भांडण उकरून काढले. दाबून, दडपून ठेवलेली माझी चीड उफाळून वर आली. जे बोलू नये, म्हणून गेली दोन-तीन वर्षे धडपडत होतो, ते मी पाच मिनिटांत बोलून गेलो.

त्याचा शेवट...

शैलाला मी पुलावरून खाली ढकलले? की तिने स्वत: नदीत उडी टाकली?

शैलाचे प्रेतसुद्धा कुठे मिळाले नाही! ते सुंदर शरीर माशांनी कुरतडून खाल्ले असेल, या कल्पनेने अजूनही माझ्या अंगावर शहारे उभे राहतात. ते मादक ओठ- ज्यांनी वाजविलेल्या बासरीने मोहून जाऊन ती कोण वाजवीत आहे, हे पाहायला मी धावून गेलो होतो. मोरपिसांची आठवण करून देणारे तिचे ते डौलदार बाहू- ज्यांच्या घट्ट, नाजूक मिठीत रोज रात्री मी स्वत:ची सारी दु:खे विसरत होतो. प्रेमगीताप्रमाणे मनात घोळत राहणारे ते रेखीव सौंदर्य- ज्याच्या हुबेहूब चित्रणाने मी मासिकावरल्या मुखपृष्ठांचा चार-पाच वर्षे राजा बनलो होतो- त्या सर्वांची किंमत

माशांना चणे-चुरमुऱ्यांपेक्षा अधिक वाटली नसेल. तिचा तो रेशमी केशकलाप- ज्याच्यावरून हात फिरविताना आपण गुलाबाच्या पायघड्यांवरून चालत आहो, असा भास मला होई- तो केशकलाप तोंडात आल्याबरोबर त्या महापुरातली मगरी उद्गारली असेल,

'शी! नुसता चोथा आहे हा!'

रात्र झाली की, शैलाच्या सहस्र, सुंदर मूर्ती डोळ्यांपुढे नाचू लागतात. वाढलेल्या ताटात पटापट माश्या पडू लागाव्यात, तशी माझी स्थिती होते. वाटते, ताडकन उठावे आणि या अखंड टोचणीतून, या विचित्र वेदनांतून स्वत:ला मुक्त करून घ्यावे. होय, जीवनाच्या बंदिशाळेतून सुटण्याचा मृत्यू हा एकच मार्ग मला आता मोकळा आहे.

या क्षणी पुलावरून खाली उडी टाकली तर? अवतीभोवती चिटपाखरूसुद्धा नाही. ही आत्महत्या होती का अपघात होता, हे कुणालाही कळणार नाही. मी अशी उडी टाकली, तर...

...तर चिमण्या छायेला कोण सांभाळील? ती कुणाच्या कुशीत विसावेल? छायेइतकीच मावशीही माझ्यासाठी जीव पाखडील. माझ्या लहानपणापासून ही प्रेमळ, दुर्दैवी विधवा आमचे घर उभे राहावे म्हणून धडपडत आली आहे. घरात चुलीला लाकडे नसली, तर तिथे ती आपली हाडे आनंदाने लावील! मी गेल्यावर...

आत्महत्येने तरी मी सुखी होईन का? छे! मृत्यूच्या दरवाजापलीकडे डोळ्यांत तेल घालून शैला माझी वाट पाहत उभी असेल. मी पलीकडे जाताच ती घाईघाईने माझा हात घट्ट धरील... काही केल्या ती तो सोडणार नाही. मग ती नेईल तिकडे मला जावे लागेल. तिचा तो विलक्षण जुलूम, किती असह्य होत चालला होता तो मला. त्यातून सुदैवाने सुटका झाली असताना...

काय म्हटले मी? सुदैवाने? म्हणजे शैला पुलाच्या कठड्यावरून तोल जाऊन नदीत पडली आणि महापुरात बुडाली, ही गोष्ट फार बरी झाली, असे मला वाटत असावे! मी इतका नीच आहे? कुणाला ठाऊक! एकांतात माणसाचे सारे मुखवटे गळून पडतात. मदनाचा पुतळा म्हणून मिरवणाऱ्या महारोग्याच्या अंगावरली भरजरीची वस्त्रे केवळ एकांतातच दूर होतात.

माझे मन आता असेच विवस्त्र झाले होते काय? ज्या शैलाची दहा चुंबने घेऊन 'हे एक झालं हं!' असे मी म्हणत असे, स्नानगृहात ओलेत्याने बाहेर येणारी जिची आकृती पाहून मला उर्वशीची आठवण होत असे, ती शैला मृत्युमुखी पडावी आणि मी ते आपले सुदैव मानावे?

किती भयंकर विचार येताहेत हे माझ्या मनात. शैलाचे पिशाच या नदीकाठी

भटकत असले तर त्याला माझे हे विचार ऐकू जातील.

मला पाहून ते काय करील? अश्रू ढाळील? छे! शैला आणि अश्रू? तिला मुसमुसून रडताना, दुसऱ्याच्या दुःखाने व्याकूळ होऊन आसवे ढाळताना मी कधीच पाहिले नाही.

वहीतला मजकूर इथेच संपला होता!

अनेक प्रश्न दत्त म्हणून माझ्यापुढे उभे राहिले. ही कुणा व्यक्तीची खरी कहाणी आहे? की एखाद्या लेखकाच्या कल्पनेतली कथा आहे?

ही कथा कल्पित असेल! पण तिचा शेवट कसा होतो हे न कळल्यामुळे माझे मन चुटपुटू लागले. ही सत्यकथा असली तर? ही कल्पना मनात येताच माझ्या अंगावर शहारे उभे राहिले.

ही सत्यकथा असेल?

या कथेतल्या नायकाची पत्नी फार सुंदर होती. तिच्यावर त्याचे अतिशय प्रेम होते. मग एका अमावास्येच्या मध्यरात्री त्याने तिला पुलाच्या कठड्यावरून खालच्या महापुरात का ढकलून दिले?

हे अघोर कृत्य त्या कलावंताने का केले असावे? या पतिपत्नींच्या आयुष्यात काही रहस्य नसेल ना? शैलाला जिचा मत्सर वाटू लागला होता, अशी एखादी स्त्री...? या चित्रकाराला ज्याची सलगी दुःसह झाली असेल, असा एखादा पुरुष...? छे! वहीतल्या कथेत तर असा संशय घ्यायला तिळमात्र जागा नव्हती.

नदीत पडलेल्या शैलाचे प्रेत सापडू नये? पुराच्या पाण्याला फार ओढ असते हे खरे; पण कुठे ना कुठे ते प्रेत काठाला लागायला हवे होते. माशांनी कुरतडलेल्या अवस्थेत का होईना, ते पोलिसांना का मिळू नये? पण तसे घडले नाही. असे का व्हावे? या घटनेमागे एखादे भयंकर रहस्य नसेल ना?

मी विचार करू लागलो. या वहीतला मजकूर कधी लिहिला गेला? मासिकाच्या मुखपृष्ठावरली चित्रे काढणाऱ्या गेल्या पाच-सात वर्षांतल्या अनेक चित्रकारांची नावे आठवून पाहिली; पण त्यातल्या कुणाचेही नाव नीळकंठ नव्हते!

या अपूर्ण, अर्धवट कथेने माझे मन अगदी अस्वस्थ करून सोडले. जुनी पुस्तके विकणाऱ्या त्या म्हाताऱ्याला काहीतरी पोहोचविण्याची इच्छा मला कोणत्या कुमुहूर्तावर झाली असे वाटू लागले. ही कथा खरी आहे, असेही वाटेना! ती खोटी आहे, असेही म्हणवेना!

तीन-चार महिने गेले. वहीतल्या कथेविषयीचे माझे कुतूहल राखेतल्या ठिणगीप्रमाणे हळूहळू विझू लागले.

त्या वहीतली ही हकिकत मी पुढे विसरूनही गेलो असतो; पण याच वेळी नागपूरच्या एका मुलींच्या शाळेच्या स्नेहसंमेलनाचा अध्यक्ष म्हणून मला जावे लागले. त्या संमेलनातल्या कार्यक्रमात स्वागतगीत म्हणणाऱ्या तीन मुली होत्या. त्यातली पंधरा-सोळा वर्षांची एक देखणी मुलगी आपल्या ओळखीची आहे असे मला वाटू लागले. मात्र आपण तिला कुठे पाहिले आहे, हे काही केल्या माझ्या लक्षात येईना.

त्या सर्व कार्यक्रमात मी त्या मुलीकडे कितीदा टक लावून पाहिले असेल ते सांगता येणार नाही. हजारांत उठून दिसावे, असे तिचे रूप होते. मी तिच्याकडे पुन्हा पुन्हा पाहत आहे, हे जर कुणाच्या लक्षात आले असते, तर त्याने माझ्या या पाहण्याचा नक्कीच भलता अर्थ केला असता.

पूर्वजन्मावर माझा विश्वास नाही. नागपूरला मी दहा-पाच वेळा आलो होतो; पण माझ्या मर्यादित ओळखीदेखीत या मुलीला कुठे ओझरतीसुद्धा पाहिल्याचे मला आठवेना. असे असून तिला आपण अनेकदा पाहिले आहे असे मला का वाटावे, हेच कळेना.

अध्यक्ष म्हणून त्या दिवशी मी काय बोललो, ते देव जाणे! खरे सांगायचे, तर माझे मन या मुलीभोवती पिंगा घालीत होते ती कोण असावी हे शोधून काढण्यासाठी ते स्मृतीचे सर्व थर खोल खोल खोदून पाहत होते. तेलाचा शोध घेणाऱ्या यंत्रासारखे त्याचे काम सुरू होते.

चहा पिता पिता मी त्या मुलीकडे बोट दाखवून मुख्य बाईंना म्हणालो,

"ही मुलगी तुमच्या शाळेत किती वर्षं आहे?"

"दहा वर्षं! आमच्या बोर्डिंगातच लहानाची मोठी झाली ती."

हे उत्तर ऐकून मी अगदी सर्द झालो. या मुलीला तिच्या मूळच्या गावी आपण केव्हातरी पाहिले असेल, अशी मी मनाची समजूत करून घेत होतो; पण या समजुतीचा पायाच कोलमडून पडला!

माझे कुतूहल मला गप्प बसू देईना. मी बाईंना म्हटले,

"हिला मी कुठंतरी पाहिलंय!"

त्या हसल्या आणि म्हणाल्या,

"पुष्कळ माणसं असंच म्हणतात!"

कोडे अधिकच बिकट होऊ लागले. काहीतरी बोलायचे म्हणून मी उद्गारलो,

"आश्चर्य आहे मोठं!"

एखादी गुप्त गोष्ट फक्त आपल्यालाच ठाऊक आहे, या कल्पनेने मनुष्याच्या मुद्रेवर जी अभिमानाची छटा दिसते ती आता बाईंच्या चेहऱ्यावर स्पष्ट उमटली. त्या म्हणाल्या,

“रूपाच्या बाबतीत पोरगी अगदी आईच्या वळणावर गेलीय!”

गोंधळून मी प्रश्न केला,

“म्हणजे? हिची आई काय एखादी प्रसिद्ध नटीबिटी...”

बाईंनी नकारार्थी मान हलवली.

माझे आश्चर्य द्विगुणित झाले.

मी विचारले,

“कोण होती ती?”

“मासिकांच्या मुखपृष्ठांवर सतत चार-पाच वर्षं तिची चित्रं झळकत होती.”

मी चमकलो. नकळत माझ्या तोंडातून प्रश्न गेला,

“या मुलीचं नाव काय? छाया?”

आता आश्चर्य करण्याची पाळी बाईंवर आली.

मी पुन्हा विचारले,

“हिच्या आईचं नाव शैला होतं?”

डोळे विस्फारून बाईंनी होकारार्थी मान हलवली.

“हिची आई पुलावरून पडून...”

बाई हसत म्हणाल्या,

“बरेच दिसता की हो तुम्ही! हिची खडान् खडा माहिती आहे तुम्हाला! आपल्याला काही ठाऊक नाही, असं उगीच दाखवीत होता तुम्ही.”

त्या वहीत मी वाचलेली हकिकत ही एक सत्यकथा होती हे उघड झाले. ही जाणीव होताच माझे मन त्या कथेतले न मिळालेले धागेदोरे शोधून काढण्याचा प्रयत्न करू लागले.

मी छायेच्या चेहऱ्याकडे निरखून पाहिले. अंधारात वीज चमकावी तसे मला वाटले.

एकदम माझ्या लक्षात आले, हाच नाजूक चेहरा, हेच बोलके डोळे, हीच गोड जिवणी, सारे सारे बारा-तेरा वर्षांपूर्वी कॉलेजात असताना अनेक मासिकांच्या मुखपृष्ठांवर आपण पाहिले आहे. त्या मुखपृष्ठांवरील स्त्री कधी मुंबईतली आधुनिक रमणी बने. कधी जंगलातली आदिवासी तरुणी होई. ती कधी उग्र तपश्चर्या करणारी उमा होई, तर कधी देवदानवांना अमृत वाढणारी मोहिनी बने. वेश, प्रसंग, वातावरण सारे काही त्या चित्रात बदलत असे. बदलत नसे तो नाजूक चेहरा, ते टपोरे डोळे, ती गोड जिवणी. ही मुखपृष्ठे सजविणारा चित्रकार ‘धूर्जटि’ या नावाने धूमकेतूसारखा अचानक उगवला होता आणि तितक्याच अचानकपणे कलेच्या जगातून नाहीसा झाला होता. धूर्जटि म्हणजे शंकर आणि नीळकंठ

म्हणजेही शंकर! आता सारे दुवे जुळले. त्या सर्व चित्रांतली ती मोहक रमणी माझ्या वहीतल्या नीळकंठाची पत्नी शैलाच होती.

छाया यौवनाच्या उंबरठ्यावर उभी होती. निसर्गाने तिला एक विलक्षण वरदान दिले होते. ती हुबेहूब आपल्या आईसारखी दिसू लागली होती. पृथ्वीच्या पोटात पुरातन नगरातले अवशेष जसेच्या तसे आढळतात ना? माणसाच्या स्मृतीतही काही गोष्टी अशाच खोल खोल जाऊन बसतात. छायेच्या आईचे सौंदर्य ही अशीच एक गोष्ट होती.

मी छायेशी ओळख करून घेतली. तिच्या घराची मला माहिती आहे असे भासविले. शैलाच्या बाबतीत खरोखर काय घडले, नीळकंठानेच तिला पुलावरून खाली ढकलून दिले की काय, त्याच्या मनात असा तोल जाण्याइतका या पतिपत्नींत कोणता बेबनाव झाला असावा, इत्यादी गोष्टींचा विचार मी एकीकडे करीत होतो, दुसरीकडे छायेशी बोलत होतो. बोलता बोलता मी तिला विचारले,

"तुझ्या वडिलांना एक मावशी होती, नाही?"

"अगदी पुसट आठवण आहे मला आजीची."

"म्हणजे मावशी..."

"मावशी देवाघरी जाऊन आठ-नऊ वर्षं झाली."

"तुझ्या वडिलांची नि माझी कितीतरी वर्षांत गाठ पडली नाही. कुठं असतात ते हल्ली? काय करतात?"

हे प्रश्न ऐकताच छायेचे तोंड गोरेमोरे झाले. काही न बोलता ती एकदम हुंदके देऊ लागली. लगेच दोन्ही हातांनी तोंड झाकून घेऊन ती माझ्या समोरून निघून गेली.

नीळकंठ मृत्यू पावला असावा आणि ही पोरगी आता पूर्णपणे पोरकी झाली असावी असे माझ्या मनात आले. वडिलांविषयी तिला विचारण्यात आपली चूक झाली, अशी रुखरुख मनाला लागून राहिली.

मी माझी चूक छायेच्या बाईंना सांगितली. त्याबरोबर त्या कुजबुजल्या,

"अहो, तिचे वडील जिवंत आहेत."

माझे आश्चर्य दुणावले. लगेच त्या पुढे म्हणाल्या,

"पण त्यांच्याविषयी कुणी काही विचारलेलं या पोरीला आवडत नाही."

"ते का?"

"आपला बाप वेड्यांच्या इस्पितळात आहे, हे दुसऱ्याला सांगणं कुणाला आवडेल?"

नीळकंठाच्या अपूर्ण आत्मकहाणीविषयीचे माझे कुतूहल आता अधिकच

अनावर झाले.

नीळकंठ वेड्याच्या इस्पितळात जाऊन पडला! एका कलावंताचा शेवट इतका भयानक का व्हावा? आपल्या हातून शैलाची हत्या झाली, ही टोचणी असह्य होऊन त्याच्या नाजूक मनाचा तोल गेला? की...

पण त्याने अमावास्येच्या मध्यरात्री शैलाला पुलावरून पुरात ढकलून देण्याजोगे तिने केले होते तरी काय?

अनेक विचित्र प्रश्न माझ्या डोळ्यांपुढे नाचू लागले; पण त्यापैकी एकाचेही उत्तर मला सापडेना! मी अतिशय बेचैन होऊन गेलो.

संमेलन संपताच शाळेच्या बाईंकडून नीळकंठ कुठल्या गावी वेड्यांच्या इस्पितळात आहे, हे बोलण्याच्या ओघात मी काढून घेतले आणि मुद्दाम वाकडी वाट करून तडक ते गाव गाठले.

इस्पितळातले मुख्य डॉक्टर प्रौढ व सालस होते. त्यांच्या खोलीच्या दारावरली पाटीच ते मानसिक रोगांचे तज्ज्ञ आहेत हे सांगत होती. त्यांच्यापाशी लपवाछपवी करण्याचे काही कारण नव्हते. नीळकंठाला भेटण्याची इच्छा मी दर्शविली.

डॉक्टर आश्चर्याने माझ्याकडे पाहू लागले.

मी नीळकंठाच्या कथेची वही त्यांच्यापुढे ठेवली. माझा येण्याचा हेतू सांगितला. तेव्हा ते हसत म्हणाले,

"स्वारी आता पुष्कळ शांत झाली आहे. तुम्ही अगदी जवळ जायला हरकत नाही."

इस्पितळातल्या नोकराबरोबर मी नीळकंठाच्या खोलीत प्रवेश केला. थोड्या भीतीने व बऱ्याचशा कुतूहलाने त्याच्याकडे पाहत मी त्याला नमस्कार केला. त्याने मला उलट नमस्कार केला नाही; पण बसल्या जागेवरून न उठता तो म्हणाला,

"या, या, माझी चित्रं पाहायला आला वाटतं?"

वेड्याच्या कलाने घेतलेले बरे, असे वाटून मी हसत म्हटले, "होय." लगेच त्याने आपल्या सतरंजीखाली लपवून ठेवलेले तीन-चार कागद बाहेर काढले. त्यातल्या प्रत्येक कागदावर स्त्रीची एक आकृती रेखाटली होती. मात्र प्रत्येक चित्रातली स्त्री विरूप केली होती, वेडीवाकडी काढली होती. एका आकृतीतल्या स्त्रीला शिंगे दाखविली होती. दुसरीतल्या स्त्रीला एकच छिन्नविछिन्न स्तन होता!

मी ती चित्रे पाहून परत दिली.

नीळकंठाने विचारले,

"कशी आहेत चित्रं?"

मी उत्तरलो,

"छान! फार छान!"

तो क्षणभर थांबला. लगेच त्याची नजर निराळी दिसू लागली. एखाद्या सुंदर रमणीचे भयंकर चेटकिणीत रूपांतर व्हावे, तशी ती दृष्टी मला वाटली.

मी मनात घाबरलो.

इतक्यात माझ्या खांद्यावर हात ठेवून नीळकंठ म्हणाला,

"तुम्ही इंजिनीअर आहात? होय ना?"

मी मुकाट्याने होकारार्थी मान हलवली. लगेच माझे दोन्ही खांदे धरून मला गदगदा हलवित त्याने विचारले,

"तो पूल इतका कच्चा कसा बांधलात तुम्ही? तो एकदम कोसळला नि शैला... माझी शैला..." तो हुंदके देऊन रडू लागला.

काय बोलावे हे मला कळेना; पण त्याचे ते रडणे लगेच बंद झाले. दोन्ही मुठी आवळून, दातओठ खात आणि आपली क्रूर नजर माझ्यावर रोखीत तो म्हणाला,

"तुम्हाला आधी फाशी द्यायला हवं! कच्चा पूल बांधल्याबद्दल तुम्हाला..."

आता त्याच्या खोलीत राहण्यात अर्थ नव्हता. त्याच्या वेडाचा कुठल्या तरी पुलाशी काहीतरी निकट संबंध आहे, हे त्याच्या या शब्दांवरून उघड होत होते. तो संबंध काय असावा, हे त्याच्याकडून काढून घेणे अशक्य होते. म्हणून मी म्हणालो,

"मी होतो हाताखालचा इंजिनीअर. ज्या साहेबांनी तो पूल बांधला त्यांनाच घेऊन येतो मी!"

नीळकंठाच्या संमतीची वाटसुद्धा न पाहता मी तडक डॉक्टरांची खोली गाठली.

मी खुर्चीत बसताच डॉक्टर म्हणाले,

"तुमच्या या वहीतल्या कथेनं काही गोष्टींचा उलगडा झाला."

ते काय म्हणत आहेत ते मला कळेना. ती अपूर्ण आत्मकहाणी मी अनेकदा वाचली होती. वाचून वाचून तोंडपाठ झाली होती ती मला! पण बराच वेळ नखे आणि दात यांचा उपयोग करूनही एखादी घट्ट बसलेली गाठ सुटत नाही, तशी या कथेविषयी माझी स्थिती झाली होती. शाळेत मास्तर बीजगणितातली सूत्रे मंत्राप्रमाणे म्हणत उदाहरणे सोडवू लागले म्हणजे मी जसा दिङ्मूढ होऊन फळ्याकडे पाहत राही, तसा आता मी डॉक्टरांच्या चेहऱ्याकडे पाहू लागलो.

डॉक्टर सावकाश बोलू लागले,

"नीळकंठ कलावंत नसता, तर तो वेडा झाला नसता! शैला इतकी सुंदर

नसती, तरी त्याला वेड लागलं नसतं! पती, पुरुष आणि कलावंत या आपल्या तीन भूमिका नीळकंठ अलग ठेवू शकला असता, तर...'' लगेच ते स्वत:शीच हसले, मग उद्गारले, ''छे! हे माणसाला शक्य नाही. निदान कलावंताला तरी ते शक्य नाही.''

त्यांचे हे बोलणे मला दुर्बोध वाटले. अगदी राहवेना, म्हणून मी म्हटले, ''पण शैलाला पुलावरून खाली ढकलण्याइतकं...''

डॉक्टर हसले. मग म्हणाले,

''या वहीतला हा प्रसंग तुम्हाला मोठा रोमांचकारक वाटला असेल. फार आवडला असेल. माणसाला जे आवडतं ते हळूहळू खरं वाटू लागतं. पण ते खरं नसतं. नीळकंठानं शैलाला पुलावरून खाली ढकललं नाही.''

माझ्या तोंडून आश्चर्ययुक्त शब्द बाहेर पडले,

''म्हणजे? या आत्मकहाणीतला पूल...''

''नीळकंठाच्या मनाचा तोल गेल्यावर त्यानं हा मजकूर लिहिला असावा. ज्या पुलावरून त्यानं खरोखरीच शैलाला ढकलून दिलं तो निराळा आहे!''

मी पुन्हा वेड्यासारखा त्यांच्याकडे पाहू लागलो.

ते म्हणाले,

''हा पूल आहे दोन मनांच्या मिळणीचा. नीळकंठ आणि शैला यांची मनं कधीच मिळाली नाहीत. अगदी अणुमात्रही ती दोघं समरस झाली नाहीत. शैलाशी लग्न केलं ते तिच्यावर प्रेम करणाऱ्या नीळकंठानं नव्हे तर तिच्या रूपावर मोहून गेलेल्या त्याच्यातल्या चित्रकारानं! पुढं सतत आपल्या कलेत त्या सौंदर्याचा त्यानं वापर केला. अगदी मुक्त हस्तानं! साहजिकच त्याची कला खुरटली. त्याला मासिकांच्या मुखपृष्ठांवरल्या चित्रांचे भरपूर पैसे मिळत होते; पण कलावंताच्या आत्म्याची तहान पैशानं कधीच भागत नाही. त्याला कीर्तीचं दुर्गम हिमशिखर गाठायचं असतं. असंख्य कलावंतांचे मानाचे मुजरे मिळवायचे असतात. नीळकंठ याबाबतीत अभागी ठरला. सदैव अतृप्त राहिला. त्याची ती वांझ महत्त्वाकांक्षा जळफळू लागली. ती त्याच्यावर उलटली. एकीकडे तो शैलाच्या सौंदर्याचा बाजारी वापर करीत होता आणि दुसरीकडे आपली कला तिच्या रूपाच्या पिंजऱ्यात अडकून अगतिक झाली आहे म्हणून तिचा द्वेष करीत होता. शैलाला त्याच्या या चंचल, विकृत मनाची विलक्षण भीती वाटू लागली होती. पावसाळ्यातल्या एका अंधाऱ्या रात्री तो तिला गावाबाहेरच्या पुलावर घेऊन गेला होता. 'जी खरी पतिव्रता असेल ती खालच्या नदीत उडी टाकील', असे तो तिला म्हणाला होता. त्याच्या असल्या विचित्र वागणुकीची आणि वेड्यावाकड्या उद्गारांची शैलाने धास्ती घेतली. तिला आपलं दु:ख कुणाला सांगता येईना. ती खंगत गेली...''

"हा सारा आपला तर्क असेल तर..."

डॉक्टर हसत म्हणाले,

"हे सारं सत्य आहे. या सत्याचे काही तुकडे शैलाकडून मला मिळाले होते. काही या तुमच्या वहीत सापडले!"

"म्हणजे शैलाला तुम्ही..."

"शैला माझी दूरची भाची लागत होती. तिचे शेवटचे दिवस माझ्याच घरी गेले. पुष्कळ उपचार केले मी, पण मी तिला वाचवू शकलो नाही."

डॉक्टर थांबले. मग सुस्कारा सोडून म्हणाले,

"बिचारी गेली, तेच बरं झालं! नीळकंठाची ही स्थिती तिला पाहवली नसती. तिचं त्याच्यावर फार प्रेम होतं."

समोर पडलेल्या वहीकडे पाहत मी म्हणालो,

"त्याचंही काही तिच्यावर कमी प्रेम नव्हतं."

डॉक्टरांची मुद्रा गंभीर झाली. ते मंद, खिन्न स्वराने म्हणाले,

"माणसाचं खरं दु:ख हेच आहे. तो प्रेमावाचून जगू शकत नाही; पण तो सुखाचं साधन म्हणून प्रेमाचा हरघडी उपयोग करू लागतो. प्रेम हे साधन नाही, ते साध्य आहे हे ज्या दिवशी माणसाला कळेल..." ते थांबले आणि म्हणाले, "त्या दिवशी जगातली निम्मी दु:खं नाहीशी होतील."

■

एका पराक्रमी राजाने शत्रूचे राज्य जिंकले. त्या राज्याच्या राजधानीत प्रवेश करण्याकरिता मोठ्या थाटाने आणि विजयी मुद्रेने तो आला. नगरद्वारापाशी त्याला एक पुतळा दिसला. तो पाहताच राजा चकित झाला. अशी अप्रतिम कला त्याने पूर्वी कुठेही पाहिली नव्हती. राजा पुतळ्याकडे पाहत उभा राहिला. मिरवणूक तिथल्या तिथे थांबली.

तो पुतळा हे पराक्रमाचे मूर्तिमंत प्रतीक होते. आकाशाकडे त्याची ती तीव्र, एकाग्र दृष्टी; स्वर्गातून अमृत आणणाऱ्या गरुडाची नजर होती ती! पायांना विळखा घालणाऱ्या नागांचा तो पुतळा दोन्ही हातांनी चोळामोळा करीत होता. गरुडाला शोभेल, अशीच ती कृती होती.

ती कलाकृती पाहून मुग्ध झालेल्या राजाने विचारले,

"कुणी केला आहे हा पुतळा?"

सभोवतालच्या गर्दीतून कुणीतरी पुढे येईल आणि त्या पुतळ्याचा निर्माता म्हणून आपल्याला अभिवादन करील, अशी त्याची कल्पना होती.

पराभव

पण कुणीच पुढे आले नाही.

राजाने रुष्ट स्वराने विचारले,

"हा पुतळा कुणाचा आहे?"

भीत भीत भोवतालच्या गर्दीतून कुणीतरी म्हणाले,

"महाप्रतापी महाराजांनी ज्याचा पराजय केला, त्या पळपुट्या राजाचा."

राजा विजयी मुद्रेने पुन्हा त्या पुतळ्याकडे पाहू लागला. आता त्याला तो मघाइतका कलापूर्ण वाटेना!

त्याने प्रश्न केला,

"हा पुतळा करणारा शिल्पकार नगरातच आहे?"

गर्दीतून कुणीतरी म्हणाले,

"हो."

"मग तो आमच्या स्वागताकरिता इथं कसा आला नाही? जा, त्याला आताच्या आता इथं घेऊन या. तो आल्याशिवाय माझा नगरप्रवेश होणार नाही."

तत्काळ सैनिकांनी त्या शिल्पकाराला बंदिवान करून आणले.

राजा त्याच्याकडे निरखून पाहत म्हणाला,

"हा पुतळा तुम्ही केला?"

"हो!"

"कसा?"

"कसा? ते मी काय सांगू? वेलीवर कळी कशी येते आणि तिचं फूल कसं होतं, हे महाराज सांगू शकतील काय?"

राजा कुंठित झाला. तो मनातून चिडला होता; पण ती चीड बाहेर न दाखविता तो म्हणाला,

"हा पुतळा कुणाचा आहे?"

शिल्पकाराने शांतपणे उत्तर दिले,

"माजी महाराजांचा."

राजा उपहासपूर्ण हास्य करीत म्हणाला,

"तो आता महाराज नाही. साधा राजासुद्धा नाही. रानावनाचा आश्रय करून जगणारा एक पळपुटा मनुष्य आहे तो."

"असेल!"

"अशा पळपुट्या माणसाचा पुतळा करून तो पराक्रमी आहे, असं भासविणं म्हणजे जगाला फसविणं आहे."

"आज आपण विजयी वीर म्हणून नगरात प्रवेश करीत आहात. पूर्वी या महाराजांनी असाच नगरप्रवेश केला होता. त्या विजयाची स्मृती म्हणून मी हा पुतळा केला. आज मी आपला असाच पुतळा केला आणि उद्या नगरप्रवेश करणाऱ्या राजाने त्याला अधिक्षेप आरंभला, तर...?"

राजाने कठोर दृष्टीने शिल्पकाराकडे पाहिले. मग तो तीव्र स्वराने म्हणाला,

"तुमचा हात दगडातून स्वर्ग निर्माण करीत असेल; पण तुमची जीभ- ती तुम्हाला सप्तपाताळात गाडून टाकील, हे विसरू नका."

"कलावंताची जीभ आणि हात निराळे नसतात, महाराज. त्याचा मेंदू आणि काळीजही भिन्न नसतात. राजाधिराज, राजनीती वारांगनेप्रमाणे आपली रूपं बदलत असेल पण कलाकाराची नीती ही पतिव्रता आहे. जीवनात फक्त एकच अंतिम सत्य आहे, हे ती जाणते. ते सत्य म्हणजे आपल्या आत्म्याच्या प्रकाशात फुलत जाणं."

एखादा ज्वालामुखी हळूहळू धुमसू लागावा तसा शिल्पकाराच्या प्रत्येक

शब्दाने राजा अधिक अधिक क्रुद्ध होत होता. आता एकदम त्या ज्वालामुखीचा स्फोट झाला! तो कर्कश स्वराने म्हणाला,

"तुम्ही कुणी सामान्य मनुष्य असता, तर या उन्मत्तपणाबद्दल मी तुम्हाला शिरच्छेदाची शिक्षा दिली असती; पण..."

राजाची मुद्रा एकदम प्रफुल्लित झाली. कलावंताला द्यायच्या शिक्षेचे एक अभिनव तंत्र त्याला स्फुरले होते. तो शांतपणाने म्हणाला,

"तुम्हाला अगदी अल्प शिक्षा देतो मी. या सर्व लोकांसमक्ष तुम्ही हा पुतळा आताच्या आता फोडून टाकला पाहिजे."

लोकांत गडबड उडाली. जिकडे तिकडे कुजबुज सुरू झाली.

पण नगरद्वारापाशी तीन पुतळे शांतपणे उभे होते...

राजा, शिल्पकार आणि शिल्पकाराने घडविलेला तो पुतळा.

पळ युगासारखे भासत होते.

अशी कित्येक युगे गेली. शंभर, दीडशे, दोनशे...

राजाने प्रश्न केला,

"शिल्पकार, माझी आज्ञा मान्य आहे?"

"नाही."

"मग शिरच्छेदाला तयार व्हा."

शिल्पकार हसत उत्तरला,

"काळीज गमावण्यापेक्षा डोकं गमावणं फार बरं!"

राजा संतप्त झाला, शिल्पकाराला कैचीत पकडण्याकरिता त्याने प्रश्न केला,

"तुम्ही आतापर्यंत स्वतःचा एकही पुतळा नाहीसा केलेला नाही?"

"एकच का? माझ्या कैक पुतळ्यांचा या हातांनी मी नाश केला आहे."

"तो का?"

"त्यात माझी कला प्रकट झाली नव्हती म्हणून. त्या पुतळ्यांत माझ्या आत्म्याचं प्रतिबिंब पडलं नव्हतं म्हणून. या पुतळ्याची गोष्ट निराळी आहे. ही माझी आवडती कलाकृती आहे. पोटच्या गोळ्यापेक्षाही हिच्यावर माझं प्रेम आहे. माझं काम जगात सौंदर्य निर्माण करण्याचं आहे. त्या कामाकरिता परमेश्वरानं राजेमहाराजे निर्माण केले आहेत."

शिल्पकाराचे हे शब्द ऐकताच भोवताली पसरलेल्या जनसमुद्राच्या अंतरंगात एक प्रचंड हिमलाट पसरली. विजयी राजाचा असा अपमान करणारा मनुष्य आता क्षणभरही जिवंत राहणे शक्य नाही, हे उघड उघड दिसत होते.

पण राजाने मान खाली घातली होती. कितीतरी वेळ तो तसाच उभा होता.

शेवटी मान वर करून तो म्हणाला,

"शिल्पकार, तुमच्या या राजाचा मी पराभव केला; पण त्याच्या या पुतळ्यानं आज माझा पराभव केला आहे. युद्धातला विजय हा अंतिम विजय होऊ शकत नाही, हे आज मला कळलं!"

■

"डॉक्टर..."

जानकीच्या तोंडून निघालेला तो शब्द ऐकताच रघुनाथ दचकला. त्या घोगऱ्या, दबलेल्या स्वरात गेल्या सहा महिन्यांत तिच्या मनात दाटलेले सारे दु:ख भरले आहे, असा भास झाला त्याला!

पडल्या पडल्या दोन्ही हातांच्या तळव्यांनी केस सारखे करीत आणि आढ्याकडे टक लावून पाहत जानकी म्हणाली,

"मला आता औषध नको डॉक्टर."

डोक्याच्या टक्कल पडलेल्या भागावर नाजूकपणाने हात फिरवित डॉक्टर म्हणाले,

"वा! असं कसं होईल? सारे रोगी असं म्हणायला लागले, तर आम्ही डॉक्टर उपाशी मरू ना? या औषधाचा कंटाळा आला असला, तर दुसरं देऊ या."

"तसं करा." आज्ञाधारक मुलाप्रमाणे मान हलवत जानकी म्हणाली.

तिच्या खाटेपाशी शरीराप्रमाणे मनानेही अवघडून उभ्या असलेल्या रघुनाथाला

भिंत

हायसे वाटले. जानकीच्या शब्दांनी त्याच्या मनावर भलामोठा दगड ठेवला होता. तो गडगडत दूर दूर जाऊन पडला.

जानकी कुशीवर वळली. क्षणभर थांबून डॉक्टरांकडे रोखून पाहत ती म्हणाली,

"दुसरं कुठलं औषध घ्यायचं, ते मी ठरवीन."

"ठीक आहे. प्रत्येक पेशंट असं करायला लागला, तर आम्हा डॉक्टरांना उगीच डोकं खाजवत बसायला नको. बोला, कुठलं औषध हवंय तुम्हाला?"

"गोळ्या."

"कसल्या?"

"झोपेच्या. चांगल्या भरपूर द्या. म्हणजे..."

दोन्ही हातांनी तोंड झाकून जानकी मुसमुसून स्फुंदू लागली.

रघुनाथाने पुढे होऊन आपला कापरा हात तिच्या मस्तकावरून फिरविला. त्याच्या हाताचा कंप डॉक्टरांच्या लक्षात आला; पण जानकीला तो जाणवला नाही.

आजाराने माणूस चिडखोर बनतो, ही काही डॉक्टरांच्या दृष्टीने मोठी नवी गोष्ट नव्हती; पण जानकीच्या आजच्या या विचित्र त्राग्याचे कारण काही केल्या त्यांच्या लक्षात येईना. रस्त्यावर हुशार दिसणारे एखादे भिकाऱ्याचे पोर पाहिले की, माणसाचे मन क्षणभर बेचैन होते. तशी रघुनाथाकडे पाहता पाहता त्यांची स्थिती झाली. त्यांना त्याची दया आली. बिचारा आठ-आठ तास मानेवर खडा ठेवून पोस्टातले काम सांभाळतो. सहा-सहा महिने अंथरुणावर पडलेल्या बायकोची हसतमुखाने सेवाचाकरी करतो. कधी चिडत नाही, कंटाळत नाही. कुणी सहानुभूतीचे दोन शब्द बोलला, तर लगेच म्हणतो,

"चालायचंच. मी अंथरुण धरलं असतं, तर जानकी काय माहेरी पळून जाणार होती? मला कधी थंडीवाऱ्याचा ताप आला, तरी तेवढ्यानं ती भिऊन जायची. आकाशपाताळ एक करायची. तिचं दुखणं तर मुलखाचं हट्टी आहे. होईल हळूहळू बरी. तोपर्यंत एका चाकावर गाडी चालवायला हवी!"

अशा नाजूक मनाच्या नवऱ्याला आपल्याकडून त्रास होऊ नये, म्हणून जानकीने जपायला हवे, असे डॉक्टरांना वारंवार वाटे. आडपडद्याने त्यांनी अनेक वेळा तिला तसे सुचविले होते; पण तिला ते रुचत नाही असे दिसल्यावर त्यांनी तो नाद सोडून दिला.

खुर्चीवरून उठता उठता तिला काहीतरी समजावून सांगावे, असं त्यांच्या मनात आले. लगेच ते स्वतःशी हसले. गेली तीस वर्षे ते आपला धंदा करीत होते. शेकडो कुटुंबांशी, हजारो स्त्री-पुरुषांशी त्यांचा संबंध आला होता; पण राहून राहून एक अनुभव सतत तीस वर्षे त्यांची पाठ पुरवित आला होता. शरीर औषधाने बरे करता येते! पण मन?

डॉक्टर उठले. त्यांना गाडीपर्यंत पोहोचवायला रघुनाथ गेला. गाडीत बसता बसता त्याच्या खांद्यावर हात ठेवून तो हळूच थोपटीत डॉक्टर म्हणाले,

"आजारात माणसं अशीच चिडखोर होतात, रघुनाथराव. तुम्ही मनाला लावून घेऊ नका काही. आजार ही मोठी अवघड परीक्षा आहे- रोग्याची नव्हे, रोग्याची सेवा करणाऱ्याची! एक मात्र करा. फार बोलू देऊ नका त्यांना."

रघुनाथाने डॉक्टरांकडे कृतज्ञ दृष्टीने पाहिले.

त्यांची गाडी निघून गेली, तरी तिच्याकडे पाहत तो कितीतरी वेळ उभा होता.

डॉक्टरांचा केवढा धीर होता त्याला. जानकीच्या त्राग्याने मूर्च्छित झालेले त्याचे मन डॉक्टरांच्या प्रेमळ स्पर्शाने सावध झाले. तारा घेताना अथवा करताना

त्याच्या मनात अधूनमधून एक गमतीदार कल्पना नेहमी येई. हजारो मैल लांब असलेली माणसे क्षणार्धात किती जवळ येतात. दूर असून परस्परांच्या आनंदात ती भागीदार होतात. ती एकमेकांचे अश्रू पुसू शकतात. त्याच कल्पनेची त्याला आता आठवण झाली. डॉक्टरांनी त्याच्या खांद्यावर क्षणभरच हात ठेवला होता; पण त्या स्पर्शाने त्याला माणुसकीचे दर्शन घडविले होते. तो धंदेवाईक डॉक्टराचा हात नव्हता, वडीलभावाचा हात होता. तसे पाहिले तर त्याची नि डॉक्टरांची ओळख गेल्या तीन वर्षांतली- तो इथे बदलून आल्यानंतरची; पण एखाद्या प्रेमळ आप्तासारखे वागत होते ते.

– आणि जानकी? दहा वर्षं एका ताटातून आपण दोघे जेवलो असून, ती...

या सहा महिन्यांच्या दुखण्यात जर डॉक्टरांचा आपल्याला आधार नसता–

आधार... मघाचा त्यांचा तो धीर देणारा स्पर्श...

रघुनाथाचे मायेकरिता आसुसलेले मन नकळत जानकीचा विचार करू लागले...

काल रात्री फार उकडले. जानकी सारखी तळमळत होती. या कुशीवरून त्या कुशीवर होत होती. चार-दोन वेळा आपण तिच्या जवळ जाऊन बसलो. 'वारा घालू का?' 'माठातलं पाणी देऊ का?' - एक ना दोन, अनेक प्रश्न आपण तिला विचारले. पण जानकीने हूं की चूं केले नाही. बाहेर वारा पडला होता. तिच्या मनाची स्थितीही तशीच झाली होती. आपण दोन-तीन वेळा तिचा हात हातात घेण्याचा प्रयत्न केला. प्रत्येक वेळी तिने तो झिडकारून टाकला. कितीतरी वेळ तिच्या या विचित्र वागणुकीचा विचार करीत, तिच्या अस्वस्थ हालचालींनी होणारी खाटेची करकर ऐकत आपण अंथरुणावर तळमळत पडलो होतो. शेवटी डोळा लागला आपला. एक-दीड वाजता. पण झोपेतसुद्धा आपल्याला भयंकर स्वप्ने पडत होती. अगदी पहाटे पडलेले ते स्वप्न तर...

आपण कुठल्या तरी तुरुंगात होतो. कैद्याचा पोशाख होता आपल्या अंगावर. तिथे काहीतरी भयंकर गुन्हा घडला होता आपल्या हातून. जेलरने फटक्यांची शिक्षा फर्मावली. एक - दोन - तीन - दहा! रक्ताची चिळकांडी उडाली. ते दुःख सोसवेना आपल्याला. फटके मारणाऱ्याने ते जरा हळू मारावेत, म्हणून आपण वळून त्याच्याकडे लाचारीने पाहिले.

अरे देवा! ती तर जानकी होती! ती मोठमोठ्याने हसत होती. तिच्या हातात लाल, लाल...

रघुनाथ दचकला. त्याला स्वतःचा राग आला. नऊ केव्हाच वाजून गेले आहेत, याची आपल्या भ्रमिष्ट मनाला त्याने जाणीव करून दिली.

तो हळूहळू घराच्या पायऱ्या चढू लागला. आत जाऊन जानकीपाशी पाच-दहा मिनिटे बसायचे, काहीतरी गोड गोड बोलून ती हसेल, असे करायचे आणि मग अंघोळीला उठायचे, असे त्याने मनात ठरविले.

आत येऊन तो जानकीपाशी बसला. हसला. ती आढ्याकडे टक लावून पडली होती. रघुनाथ आल्याचे तिला कळले; पण ती काही कुशीवर वळली नाही. बोलायला सुरुवात कशी करावी, या विवंचनेत रघुनाथ होता. तो विचार करू लागला. जानकीला काय काय आवडते बरे? सहा महिन्यांत ती सिनेमाला गेली नाही. तेव्हा...

त्याच्या तोंडून शब्द बाहेर पडण्याआधीच स्वयंपाकघरातून धाकट्या कलेची किंकाळी ऐकू आली. मधली उषा 'बाबा, बाबा' म्हणून किंचाळली. थोरली मधू धावतच बाहेर आली. ती काहीतरी सांगणार, तोच जानकी तिच्या अंगावर खेकसून म्हणाली,

"कशाला कारट्या जन्माला आल्या, कुणास ठाऊक! धाकटी तर आईच्या मुळावर... उठल्या सुटल्या किंचाळते!"

मधू घाबरत घाबरत मधेच म्हणाली,

"बाबा, कलाचं बोट कापलंय. उषानं मघाशी कैरी कापून घेतली. तिनं ती कलाला दिली नाही. म्हणून कला विळी घेऊन..."

रघुनाथ लगबगीने आत गेला. कलेला पोटाशी धरून तिचे रक्तबंबाळ झालेले बोट त्याने पाहिले. त्याच्या मनात आले, जानकीने हे पाहिले असते तर या पोरीच्या पाठीत चांगले चार रट्टे घातले असते! कैऱ्या, चिंचा, आवळे या गोष्टी लहान मुलांना पंचपक्वान्नाहून प्रिय असत. आपण लहान होतो तेव्हा अशीच बोटे कापून घेत होतो, असे ती मनाशी मुळीच म्हणाली नसती!

जवळच्या डॉक्टरांकडे जाऊन कलेचे बोट नीट बांधून आणायला अर्धा तास लागला. अंगावर घाईघाईने चार तांबे पाणी ओतावे आणि पोटात दोन घास कोंबून पोस्टाचा रस्ता धरावा, असे घोकत रघुनाथ न्हाणीघरात शिरला. बंबाखाली बादली सरकवून त्याने पाणी सोडले.

पहिला तांब्या अंगावर ओतताच तो चपापला. पाणी फार कढत होते. विसण घालायला तो विसरला होता.

त्याचे मन एकसारखे जानकीचा विचार करीत होते. आजाराने माणूस चिडखोर होतो, हे खरे; पण त्याला काही मर्यादा आहे की नाही? मघाशी जानकीने डॉक्टरांजवळ झोपेच्या गोळ्या मागितल्या. आपल्याला मरायचंय, असे सुचविले. ते ऐकून डॉक्टर काय म्हणाले असतील?

ती संसारात सुखी नाही, समाधानी नाही, हेच खरे. तिची कळी फुलावी,

म्हणून दहा वर्षे आपण खूप धडपड केली; पण ती तशीच राहिली. प्रत्येक बाळंतपणाच्या वेळी ती मोठ्या खुशीत असे आणि प्रत्येक वेळी मुलगा झाला नाही म्हणून ती कुढत बसे. कपडालत्ता, दागदागिने, हिंडणे-फिरणे, सुखसोई - कुठल्याच गोष्टीत ती कधी तृप्त अशी दिसली नाही. ती उभी होती तोपर्यंत तिची चिडचिड आपण कशीबशी सोसली पण ती आता अंथरुणाला खिळल्यापासून...

जगात प्रत्येक माणसाला फक्त एकच फूल मिळते. त्या फुलाचा रंग आणि त्याचा वास यांत माणसाने दंग व्हावे, त्याला किती काटे आहेत, ते कसे बोचतात याचा विचार करीत त्याने बसू नये, हा कुठल्याशा लेखकाचा उपदेश परवा तिला आपण वाचून दाखविला. त्यावेळी तिने अशी उपहासाने मान हलविली! तो लेखक वेडा आहे असेच तिने सुचविले.

आज डॉक्टरांकडे झोपेच्या गोळ्या मागण्यापर्यंत तिची मजल गेली! जगण्यापेक्षा मरण्यात तिला अधिक सुख वाटू लागलंय. दहा वर्षे आपण तिला तळहातावरल्या फोडासारखी सांभाळली. गेले सहा महिने शक्तीच्या बाहेर तिच्यासाठी खर्च केला. ऑफिसचे काम, मुलांची किरकिर, कर्जाची टोचणी, स्वयंपाकिणीची उधळपट्टी- सारे सारे मुकाट्याने गिळून आपण तिच्यासाठी हसत राहिलो; पण ते तिच्या गावीसुद्धा नाही.

असे का व्हावे?

आम्हा दोघांचे एकमेकांवर प्रेम आहे. खूप खूप प्रेम आहे. असे असून...

कधी न पाहिलेले एक दृश्य रघुनाथाच्या डोळ्यांपुढे तरंगू लागले...

भिंतीच्या एका बाजूला आपण उभे आहोत. जानकी दुसऱ्या बाजूला आहे. जाड जाड काचेची भिंत आहे ती. तिच्यातून जानकीच्या साऱ्या नाजूक हालचाली आपल्याला दिसतात. ती हसते. भिंतीपाशी येते. त्या काचेच्या भिंतीवर आपले ओठ टेकते. या बाजूने आपणही तिच्या ओठांवर ओठ टेकतो. हसतो. चुंबनाचे, मीलनाचे सुख आपण दोघे अनुभवतो. आपण दोघे एकजीव झालो आहोत, एकाच्या पायाला काटा बोचला, तर दुसऱ्याच्या डोळ्यांत पाणी येईल, एकाला गुदगुल्या झाल्या, तर दुसरे हसू लागेल, या कल्पनेने आपण हरखून जातो; पण... पण तो सारा भास आहे. आपणा दोघांमध्ये एक उंच, प्रचंड काचेची भिंत उभी आहे. आपण दोघे भिंतीच्या दोन्ही बाजूंना उभे आहोत. आपण एकमेकांच्या सावल्यांवर प्रेम करीत आलो आहो...

ओल्या जखमेला जोराचा धक्का लागून रक्त वाहू लागावे, तशी जानकीच्या मघाच्या शब्दांनी रघुनाथाची स्थिती झाली होती. आपण जानकीवरून जीव ओवाळून टाकायला तयार असताना तिने जीव देण्याची भाषा का काढावी, हे

काही केल्या त्याला कळत नव्हते. वर्मी दगड बसलेल्या पाखराच्या पिलासारखे त्याचे मन तडफडत होते. आपले चिमुकले पंख धुळीत फडफडवीत होते. आजपर्यंत भोगलेल्या दु:खांच्या आठवणी त्या फडफडीसरशी जाग्या होत होत्या. तापट वडील, अबोल आई, स्वार्थी बहीण, कडक शिस्तीचे भोक्ते असलेले शिक्षक- त्याच्या भोवतालची लहानपणीची सारी माणसे अशीच होती. नात्याने जवळची पण मनाने लांबची! कुणीतरी आपल्या पाठीवरून हात फिरवावा, आपली आसवे पुसावी, 'घाबरू नकोस' म्हणून धीर द्यावा, 'शाबास, रघुनाथ!' असे कौतुकाने म्हणावे, ही त्याची इच्छा बालपणी कधीच तृप्त झाली नव्हती.

या साऱ्या सुकलेल्या कळ्या बरोबर घेऊन तो बोहल्यावर चढला. जानकीच्या हसऱ्या डोळ्यांतल्या पाण्यात त्या भरभर उमलत आहेत, असा त्याला भास झाला. तो भास मधूच्या जन्मापर्यंत कसाबसा टिकला. त्यानंतर जानकी आपली असली तरी ती आपल्यापासून दूरच आहे हे शल्य त्याला जाणवू लागले. तिची केशभूषा त्याला नेहमीच आवडे. तिच्या वेशभूषेने तो एखादे वेळी इतका मोहून जाई की, अशी अप्सरा आपल्यासारख्या पोस्टमास्तरला कशी मिळाली, याचे त्याचे त्यालाच नवल वाटे. त्याच्या मिठीत तिला आनंद होई. अधूनमधून तिच्या चेहऱ्याच्या आरशात पडलेले आपल्या आनंदाचे प्रतिबिंब पाहताना तो भान विसरून जाई. समुद्राच्या लाटांवर हिंदकळत आपण उंच उंच जात आहो, मोगरीच्या वेलावरली फुले खुडावी, त्याप्रमाणे आकाशातली नक्षत्रे आपण खुडीत आहोत, असे त्याला वाटे.

पण ते सारे वाटणे हा एक गोड, क्षणिक आभास होता!

बादलीतले पाणी निवले आहे की नाही हे पाहण्याकरिता रघुनाथाने हात घालून पाहिले. पाणी सोमळ झाले होते; पण तांब्या भरून अंगावर ओतण्याऐवजी हाताच्या हालचालीने निर्माण झालेल्या बादलीतल्या चिमुकल्या तरंगांकडे पाहत तो तसाच बसला. हां हां म्हणता ते तरंग पाण्यात विरून गेले.

रघुनाथ मनाशी म्हणत होता, संसाराच्या सुरुवातीची आपली सारी स्वप्ने अशीच होती. या दहा वर्षांत ती विरून गेली. प्रेमाच्या पाकळ्या गळून पडल्या. काटे तेवढे उरले! मघाशी जानकीने डॉक्टरांकडे झोपेच्या गोळ्या मागितल्या, याचे कारण हेच असले पाहिजे. हे काटे सारखे तिला टोचत असावेत!

काल पोस्टात आपण जानकीविषयी असाच विचार करीत होतो. त्यामुळे बेरजांत चूक झाली. ती शोधून काढताना नाकीनऊ आले. जानकी आपल्या वाटेकडे डोळे लावून बसली असेल, हे ठाऊक असूनही घरी काही वेळेवर यायला मिळाले नाही. छे! डॉक्टर म्हणाले, तेच खरे. ही मनाला लावून

घ्यायची सवय आपण सोडायला हवी. जगात काय थोड्या लोकांच्या बायका अशा आजारी पडत असतील? काहींचे आजार जानकीपेक्षाही अधिक तापदायक असतील. एखाद्याची बायको वेडीसुद्धा होत असेल. तिला सांभाळून तो बिचारा संसाराचा गाढा ओढीत असेलच की नाही? मग आपणच असं कुरकुरत आणि चडफडत बसण्यात काय अर्थ आहे?

वारा प्यालेल्या वासराचे दावे पकडून त्याला खुंटाला घट्ट बांधावे तसे रघुनाथाने आपल्या स्वैर मनाला या विचारापाशी स्थिर केले.

दोन-तीन तांबे पाणी त्याने अंगावर ओतले. इतक्यात वासरू दावे तोडून उड्या मारीत दूर दूर गेले!

जानकीसुद्धा जवळजवळ वेडीच झाली आहे! त्याशिवाय का डॉक्टरांपाशी तिने मरण मागितले असेल?

आजच तिच्या मनाचा तोल इतका कसा गेला? रात्री तिला झोप लागली नाही हे खरे; पण तेवढ्याने काही...

रघुनाथाला एकदम आठवण झाली. काल संध्याकाळी तो थोडा उशिराच घरी परत आला. त्यावेळी एक गोरी, गुबगुबीत, ओठ रंगविलेली, केस कुरळे केलेली बाई जानकीच्या समाचाराला येऊन बसली होती. त्याने पूर्वी कधी तिला पाहिले नव्हते. पण जानकीने तिची ओळख करून दिली. इंग्रजी शाळेत ती आणि जानकी चार-पाच वर्षे एका वर्गात होत्या. तेव्हा पहिल्या नंबरसाठी नेहमी तिघींची शर्यत चालायची. जानकी, ही सुमन आणि मधू मराठे. त्या मधूचे पुढे काय झाले हे कुणालाच ठाऊक नव्हते. अभ्यासात या दोघींवर मात करता आली नाही तरी इतर गोष्टींत जानकी त्यांना मागे टाकायची. शाळेच्या संमेलनात नाटकांचे प्रवेश होत. त्यातले नायिकेचे काम येई जानकीच्या वाट्याला. ही सुमन कितीदा तरी जानकीची दासी झाली होती!

अशी जिव्हाळ्याची बालमैत्रीण जानकीला भेटायला आली म्हणून रघुनाथ मनातून आनंदित झाला. सुमन चांगली दोन तास बोलत होती. 'साहेब' बडे अधिकारी होते. काही कामाकरिता ते इथे आले होते. प्रवासात सुमनला थोडासा पडशाचा त्रास झाला म्हणून सकाळीच ते तिला डॉक्टरांकडे घेऊन गेले. तिथे बोलता बोलता जानकीचा पत्ता कळला तिला. संध्याकाळी सुमनला इथे सोडून तिचे साहेब आपल्या स्नेह्याकडे गेले होते. ते गाडी घेऊन आल्यावर ती उठणार होती.

घरातली किरकोळ कामे करीत, मधू, उषा आणि कला यांची जेवणे करून घेत, मग कलेला गोष्ट सांगून झोपवीत रघुनाथाने ते दोन तास काढले. अधूनमधून

तो जानकीच्या खोलीवरून जाई. त्यावेळी त्या मैत्रिणींच्या रंगात आलेल्या गप्पांतले एखाद-दुसरे वाक्य त्याच्या कानावर पडे. पहिल्यांदा त्या आजाराविषयी बोलत होत्या. सुमन म्हणत होती,

"या बाहेरगावच्या डॉक्टरांना काही कळत नाही बघ जानकी. मुंबईशिवाय खरी परीक्षाच होत नाही रोगाची."

मग घरगुती गोष्टींविषयी त्या बोलू लागल्या असाव्यात.

सुमन सांगत होती,

"चांगली पहिली तीन मुलं आहेत साहेबांना. रग्गड झाली तेवढी. त्यांना बोर्डिंगात ठेवलंय. मी अशी सडी आहे, म्हणून तर साहेबांच्या बरोबर सगळीकडं फिरायला मिळतं मला. नाटक, सिनेमा, सभा, समारंभ... सारं सारं साधतं, बघ."

थोड्या वेळाने रघुनाथ त्या बाजूने गेला तेव्हा सुमन हसत हसत म्हणत होती,

"तू शिकणं सोडून उगीच लग्न केलंस लहानपणी. थोडी वाट पाहिली असतीस, तर... तर आज माझ्यासारखी बंगल्यात राहिली असतीस, मोटारीतून फिरली असतीस, तब्येत दाखवायला विमानानं अमेरिकेत गेली असतीस!"

"बाबा, बाबा..."

रघुनाथाने तंद्रीतून जागे होऊन पाहिले. अर्धवट ओलेत्या अंगाने तो अजून न्हाणीघरातच बसला होता. मधू दरवाजा ठोठावीत होती. 'पान वाढलंय' म्हणून ओरडून सांगत होती.

जेवता जेवता त्याने मनाशी एक निश्चय केला. ती सुमन पुन्हा आज जानकीला भेटायला आली तर सारी भीडभाड सोडून तिला बजावायचे.

"डॉक्टरांनी कुणालाही पाच मिनिटांपेक्षा अधिक बसू देऊ नका म्हणून सांगितलंय."

संध्याकाळी तो घराच्या पायऱ्या चढू लागला, तेव्हा जानकीच्या खोलीत कुणीतरी बोलत आहे असे त्याला वाटले. बहुधा ती सुमनच आली असावी.

कपाळाला आठ्या घालीत तो जानकीच्या खोलीकडे वळला. त्याने खुर्चीवर बसलेल्या तरुणीकडे पाहिले. ती सुमन नव्हती. तिचे रूप चांगले असावे; पण ते कोमेजलेल्या फुलासारखे दिसत होते. तिच्या मांडीवर एक लहान मूल झोपले होते.

रघुनाथ काहीतरी बोलणार, इतक्यात ती तरुणी त्याला नमस्कार करीत म्हणाली,

"माफ करा हं मला. आजाऱ्यापाशी फार वेळ बोलत बसू नये हे मला कळतं. पण फार फार दिवसांनी आम्ही मैत्रिणी भेटलो, शाळेतल्या नि खेळांतल्या आठवणी काढून हसलो. बाहुलीच्या लग्नात जानकीची नि माझी एकदा मारामारी झाली होती. तब्बल दोन दिवस आमची गट्टी फू होती. तिसऱ्या दिवशी दोघींनाही राहवेना. बोलायचं नाही असा निश्चय करून आम्ही गळ्यात गळा घालून रडलो. रडता रडता बोलायला लागलो. मग चिमणीच्या दातांनी आपापल्या पेरूचे तुकडे करून ते एकमेकींना दिले.''

बोलता बोलता ती एकदम थांबली. शरमल्यासारखा चेहरा करून ती म्हणाली,

"मी कोण हेसुद्धा तुम्हाला सांगितलं नाही नि खुशाल आपला मेव्हणीचा हक्क बजावायला लागले की! माझं नाव मधू मराठे. तुमच्या राणीसाहेबांची दासी-शाळेतल्या नाटकातली हं!''

रघुनाथाने जानकीकडे पाहिले. मधूच्या बोलण्याने जानकी हसू लागली होती. काल संध्याकाळपासून आत्ताच त्याला तिच्या तोंडावर हसू दिसत होते. काळ्याकुट्ट ढगाआडून अंधूक चंद्रकोर दिसावी, तसे ते स्मित त्याला वाटले. जानकीला फार बोलू द्यायचे नाही हा नियम तो विसरून गेला.

रात्री कालच्यापेक्षा कमी उकडत होते; पण जानकी कालच्याइतकीच अस्वस्थ होती. ती पुन:पुन्हा कुशीवर वळे. खाटेचा करकर आवाज होई. रघुनाथ जागाच होता.

त्याच्या मनात येत होते, काल सुमन झाली, आज मधू झाली. उद्या - छे! हे उपयोगी नाही. मैत्रीण येवो, नाहीतर आणखी कुणीही येवो, पाच मिनिटांपेक्षा कुणाला इथं बसू देता उपयोगी नाही.

सशाने बिळातून हळूच डोके वर काढावे, तसा जानकीचा आवाज त्याच्या कानांवर पडला,

"जागं असायचंय?''

रघुनाथ उठला. तिच्यापाशी जाऊन बसला.

त्याने विचारले,

"वारा घालू का?''

"अं हं!''

"माठातलं गार पाणी आणून देऊ?''

"अं हं!''

"सारंच अं हं?''

"अं हं! एक हूं आहे."

"कुठला?"

"मला जवळ घ्या... अगदी अगदी जवळ." असे म्हणत जानकीने त्याच्या मांडीवर आपले डोके ठेवले. मांजराच्या पिलासारखे ते नाजूकपणाने घाशीत ती म्हणाली,

"आता कसं बरं वाटलं मला. तुम्ही दूर असलात की, भलभलत्या कल्पना माझ्या मनात येतात. वाटतं मी कुठल्या तरी तुरुंगात आहे. तुम्ही भिंतीच्या बाहेर उभे राहून मला हाका मारताय. मी ओ देत असले तरी ती काही तुम्हाला ऐकू येत नाही. मी इथं नाही असं समजून तुम्ही दूर दूर चालला आहात. मी या तुरुंगात एकटीच खितपत पडणार! डोकं आपटूनसुद्धा ही भिंत काही फुटणार नाही!"

बोलता बोलता जानकीचा गळा दाटून आला. रघुनाथचा हात आपल्या दोन्ही हातांनी घट्ट धरून ती म्हणाली,

"असं काही वाटलं, तर मला तुमच्या मांडीवर डोकं ठेवून पडता येतं. तुमच्या कुशीत शिरून झोपता येतं. मधू माझ्यासारखी आजारी पडली, तर काय करील बापडी?"

"म्हणजे? तिचं लग्न झालंय ना?"

"झालंय ना? बिचारी चांगली शिकली. धाकट्या भावंडाचं शिक्षण व्हायचं होतं म्हणून स्वत:चं लग्न लांबणीवर टाकलंन. मग प्रेमविवाह झाला; पण..."

आवंढा गिळून हसण्याचा प्रयत्न करीत जानकी म्हणाली,

"मोड घेताना खोटा रुपया मिळावा ना? तशी गत झालीय बिचारीची!"

"म्हणजे?"

"शर्यतीचा नाद आहे तिच्या नवऱ्याला. त्या नादापायी नोकरी गेली त्याची. मास्तरीण होऊन ही प्रपंच चालवायला लागली; पण त्याच्या उलाढाली काही थांबत नाहीत. सहा महिने होत आले. तो कुठं बेपत्ता झाला आहे, हेसुद्धा बिचारीला ठाऊक नाही!"

बोलता बोलता जानकीचे हात कापू लागले.

क्षणभर थांबून ती म्हणाली,

"खरंच! मी किती सुखी आहे नाही?"

रघुनाथाला वाटले, आपण स्वप्नात तर नाही ना?

जानकी म्हणत होती,

"मला जगायचंय. खूप खूप जगायचंय. तुमच्यासाठी, मुलांसाठी..."

तिने आवेगाने रघुनाथाच्या गळ्यात दोन्ही हात धरले. तिच्या कृश झालेल्या

मनगटांतून किणकिण करीत बांगड्या खाली सरकल्या. त्या बांगड्यांकडे तो पाहत असतानाच ती झटकन उठली आणि त्याच्या ओठांवर तिने आपले ओठ ठेवले. एका क्षणात ते ओठ जन्मजन्मांतरीची सारी मधुर रहस्ये त्याला सांगून गेले. तिच्या त्या क्षीण चुंबनात पहिल्या चुंबनाची काव्यात्मता नव्हती. मधू होण्यापूर्वीच्या चुंबनातली आसक्ती नव्हती, नंतरच्या शेकडो चुंबनांतली तृप्ती नव्हती; पण त्या सर्वांत नसलेले काहीतरी या चुंबनात होते!

जानकीने आपल्या बाहूंचा विळखा सैल केला. बांगड्या पुन्हा किणकिणल्या. रघुनाथाला वाटले, आपल्या आणि जानकीच्या मधे असलेली काचेची भिंत आज पहिल्यांदा फुटत आहे. त्या काचेच्या तुकड्यांचा हा आवाज आपल्याला ऐकू येत आहे.

■

टांग्याची खडखड ऐकू येऊ लागली.

'राजाभाऊ आला हं!' असे म्हणत मी लगबगीने उठलो. खिडकीपाशी जाऊन डोकावून पाहू लागलो.

टांगा आमच्या दारापुढे थांबला नाही. तो तसाच खडखडत पुढे निघून गेला. दारातल्या मांडवाला लावलेल्या रंगीबेरंगी पताका वाऱ्याच्या झुळकेबरोबर क्षणभर नाचल्या. लगेच त्या स्तब्ध झाल्या.

ही शेवटची गाडी! संध्याकाळी सुमीचे लग्न! या गाडीने का होईना, राजाभाऊ येईल आणि आपल्या बालमित्राच्या घरच्या या पहिल्या-वहिल्या कार्याला शोभा आणील, अशी माझी खात्री होती. पण...

हिरमुसल्या चेहऱ्याने मी बैठकीवर येऊन बसलो. माझ्या बालमित्रांपैकी तिघे सकाळीच डेरेदाखल झाले होते. यायचा राहिला होता, तो एकटा राजाभाऊ! पाच पांडव म्हणून आम्ही शाळेत ओळखले जात असू! तसे आमच्या स्वभावात, अभ्यासात, किंबहुना कशातच साम्य नव्हते. बालमैत्री ही एक अजब, चिवट

भोवरा

वेल आहे! ती हवेत वाढते, पण तिचे रेशीम तंतू हां हां म्हणता कोवळी मने कायमची गुंफून टाकतात! आयुष्याच्या प्रवाहात वाहत वाहत बाल-मित्र एकमेकांपासून कितीही दूर गेले, तरी ते तंतू तुटत नाहीत!

मनाचा झालेला विरस माझ्या चेहऱ्यावर प्रतिबिंबित झाला असावा! दुपारी जेवताना 'राजाभाऊ शेवटच्या गाडीनं येईलच येईल!' अशी मी पैज मारली होती. माझे ते शब्द आठवूनच की काय, रामभाऊ हसत म्हणाला,

"आमच्या अर्जुनाचा अजून पत्ताच नाही की!"

थट्टेखोर शंकरराव गंभीरपणाचा आव आणून उद्गारला,

"अरे बाबा, हा अर्जुन कुणा तरी उलूपीच्या नाही तर चित्रांगदेच्या नादात असेल! निदान सुभद्राहरण कसं करायचं, या चिंतेत त्याला दुसऱ्याच्या लग्नाला जायला फुरसत कशी मिळणार?"

शंकररावाने घेतलेल्या या चिमटयात तथ्य नव्हते, असे नाही. आम्ही चौघे मॅट्रिक होऊन कॉलेजात गेलो. राजाभाऊला ते काही जमले नाही! त्याच्या अंगी उपजतच नाट्य-गुण होते. तो चित्रपटात शिरला. काही काळ त्याचा मोठा बोलबाला झाला तिथे! पडद्यावर तो बहुधा खलपुरुष होई, पण पडद्यामागे मात्र तो अनेकदा नायक बने! त्याची ही सारी जीवनकथा जगजाहीर होती. चटोर साप्ताहिके तिखटमीठ लावून ती वारंवार छापीत असत. पण राजाभाऊचे वागणे बेताल असले, तरी त्याने आपल्या कुटुंबाचे कधी हाल केले नव्हते. माझ्यासारख्याच्या मैत्रीतही कधी उणे पडू दिले नव्हते. दहा-बारा वर्षांपूर्वी मी एकदा विषमाने आजारी पडलो होतो. त्यावेळी कुठले तरी शूटिंग अर्धवट टाकून राजाभाऊ धावत आला. तब्बल दोन आठवडे माझ्या उशाशी बसून त्याने जागरणे केली!

हे सारे खरे होते! पण शंकररावसारख्या खवचट माणसाचे तेवढ्याने समाधान कसे होणार?

कदाचित राजाभाऊ आजारी असेल! कदाचित त्याच्या या बेकारीच्या काळात त्याला अचानक रागीट बापाची नाही तर छांदिष्ट मामाची भूमिका मिळाली असेल! शूटिंग थांबवून सुमीच्या लग्नाला येण्याइतकी आता त्याची स्थिती चांगली राहिली नव्हती. थोरला मुलगा नुकता कुठे बी.एस्सी.च्या वर्गात गेला होता. शहरात पाच-सहा माणसांचा प्रपंच चालवायचा. तोही विलासी राजाभाऊच्या ऐटीने आणि सुग्रण वहिनींच्या टापटिपीने! ही काय सोपी गोष्ट आहे?

मनातल्या मनात मी राजाभाऊची बाजू घेतली. त्याने लग्नाला यायची फार धडपड केली असेल! पण कुठल्यातरी अडचणीमुळे ते जमले नसावे, अशी मी स्वत:ची समजूत घातली. पण एका गोष्टीची रुखरुख राहिलीच. या गृहस्थाने एक साधे पत्र तरी पाठवायचे की नाही मला?

लग्नाच्या गडबडीत मी व्यग्र झालो. ही रुखरुख विसरून गेलो. चार घटकांनी सुमी दुसऱ्याची होणार होती. माझ्या संसारवेलीवरले हे पहिले फूल- स्वत:च्या हातांनी ते खुडून मी एका मूर्तीला वाहणार होतो! पळापळाला मी अस्वस्थपणे या खोलीतून त्या खोलीत जात होतो. प्रत्येक खोलीत मला सुमीची लाडकी रूपे दिसत होती. ही बाहुलीचे लग्न लावायला निघालेली सुमी, 'नाना, हा बघा माझा नवा पलकल' म्हणून नाचत नाचत मला बिलगणारी सुमी, शाळेत मिळविलेले बक्षीस मला अभिमानाने दाखविणारी सुमी, आरशात आपले रूप न्याहाळीत प्रसाधन करणारी सुमी, नाना खोलीत आले हे न समजण्याइतकी कादंबरीत तल्लीन झालेली सुमी - माझे मन अशा अनेक गोड स्मृतींचा चित्रसंग्रह पुन:पुन्हा चाळीत होते, तो चाळता चाळता हुरहुरत होते!

डोळ्यांत उभे राहणारे पाणी कष्टाने आवरून मी कन्यादान केले. हुरहुरणाऱ्या हृदयाने आल्या-गेल्यांचा समाचार घेतला. शेवटी रात्री साडे-अकरा वाजता माझी पाठ अंथरुणाला लागली. पण माझा डोळा लागतो, न लागतो तोच दारावरली घंटा खणखणली. क्षणभर मी चिडलो! लगेच गडबडीने उठलो. मला एकदम राजाभाऊची आठवण झाली. तो- निदान त्याची तार तरी...

मी दार उघडले. तारवालाच दारात उभा होता! त्याच्या हातातले तारेचे पाकीट मी घाईघाईने घेतले. सही करता करता मी स्वतःशीच हसलो! मला राजाभाऊचे एक आवडते वाक्य आठवले.

'जो स्वतःच्या लहरीवर तरंगत जातो, तो खरा कलावंत!'

झोपमोड करणाऱ्या या कलावंतपणावर चडफडत मी तार वाचू लागलो. ती तार वाचताच चमकलो. खाली नाव पाहिले. तार राजाभाऊची नव्हती. ती वहिनींची होती! तारेत एवढाच मजकूर होता–

'मी मोठ्या संकटात आहे. शक्य तितक्या लवकर निघून या.'

तारेतल्या त्या शब्दांकडे मी पुनःपुन्हा वेड्यासारखा पाहू लागलो. त्यांचा अर्थ मला कळेना! आज सुमीचे लग्न. राजाभाऊच्या घरच्या सर्व मंडळींनी लग्नाला यावे, म्हणून मी आग्रहाने भरलेली पत्रे पाठविलेली! शेवटी आले तर कुणीच नाही! उलट वहिनींची ही अशी तार... अशा वेळी!

सुमीची सासरी पाठवणी केल्याशिवाय मला जागेवरून हलणे शक्य नव्हते. दुसऱ्या दिवशी संध्याकाळी लग्नाच्या गडबडीतून माझी कशीबशी सुटका झाली. लगेच रात्रीच्या गाडीने मी निघालो.

सुदैवाने गाडीत गर्दी नव्हती. झोपायला जागा बरी मिळाली. पण काही केल्या झोप येईना. लग्नातल्या दगदगीने शरीर आंबले होते, झोपेसाठी अगदी आसुसले होते; पण डोळे मिटले की, जुन्या आठवणींचे अनेक प्रवाह समोर येऊन मिसळत. त्यातून एक मोठा भोवरा निर्माण होई! आणि मग त्या भोवऱ्यात मन गिरक्या खात राही!

राजाभाऊच्या लग्नाची ती आठवण! त्यावेळी नट म्हणून तो नुकता कुठे चमकू लागला होता. त्याला मिळालेली देखणी बायको! 'चित्रपटातल्या नायिकेपेक्षाही सुंदर बायको मिळवलीस की लेका!' म्हणून आम्ही मित्रांनी केलेली त्याची थट्टा! राजाभाऊच्या उच्छृंखलपणाला वहिनींचे सौंदर्य सहज लगाम घालू शकेल, ही आमची त्यावेळची कल्पना...

त्या कल्पनेचा पुढे लवकरच चोळामोळा झाला! त्यावेळी मला अशीच तार आली होती. मी असाच धडपडत गेलो होतो. वहिनी घर सोडून गेल्या होत्या. त्या

बिचाऱ्या तरी काय करणार? राजाभाऊने आपले प्रिय पात्र घरातच आणून ठेवले होते! त्या दिवशी वहिनींची समजूत घालताघालता माझ्या नाकीनऊ आले! राजाभाऊला पुष्कळ टाकून बोललो मी! त्याचा उपयोगही झाला. ती बया घर सोडून गेली. मात्र राजाभाऊच्या बेछूट वर्तनात फारसे अंतर पडले नाही. पुढे एक गोष्ट तेवढी कसोशीने त्याने केली. आपल्या बाहेरच्या चाळ्यांच्या ज्वाळा घरापर्यंत पोहोचणार नाहीत, अशी काळजी तो सतत घेत गेला!

गाडी कुठल्यातरी स्टेशनाजवळ आली असावी! बावटा पडला नसल्यामुळे ती कर्कश शिट्या घालीत होती. त्या शिट्यांनी माझी उरलीसुरली झोप पार उडवून लावली. पडक्या घरातल्या कोंदट काळोखात वटवाघूळ पंख फडफडवीत जसे इकडून तिकडे फिरत राहते, तशी राजाभाऊच्या बेछूट वर्तनाची बोच माझ्या मनात सलू लागली. त्याचे विलक्षण तत्त्वज्ञान आठवले! 'भटजी', 'डरपोक', इत्यादी विशेषणांनी जुन्या काळी तो माझी संभावना करी. 'घराच्या चार भिंतींच्या आत पुरुष बायकोचा नवरा आणि मुलांचा बाप असतो, पण त्या भिंतींच्या बाहेर तो फक्त पुरुष असतो!' हे त्याचे आवडते सूत्र होते!

तो नेहमी म्हणायचा,

'जो सिकंदरासारखा शूर असतो, तो जगातल्या साऱ्या बायका जिंकायला निघतो. जो शेंदाड शिपाई असतो, तो आपल्या बायकोच्या जुनेरात लपून बसतो!'

या क्षेत्रातले पराक्रम राजाभाऊ नेहमी मला ऐकवी. ते ऐकायला मोठे आकर्षक वाटत! पण लगेच माझ्या मनातल्या पापपुण्याच्या साऱ्या कल्पना किंचाळून उठत आणि राजाभाऊचे वागणे मला अगदी विकृत वाटू लागे!

आपल्या पराक्रमांचे पुराण त्याने सुरू केले, म्हणजे अशा रीतीने वागणे किती चुकीचे आहे, हे मी त्याला जीव तोडून समजावून सांगत असे. काही वेळा तो नुसता हसे... काही वेळा माझ्या पाठीवर थाप मारून तो म्हणे,

'नाना, या जगात माणसाच्या दोन जाती आहेत. पहिल्या जातीची माणसं, हाताला लागेल त्या सुखाचा मनमुराद आस्वाद घेतात. मेल्यावर त्या हाताला सुखाचा कुठलाही पेला तोंडाला लावता येणार नाही, हे त्यांना पुरेपूर ठाऊक असतं. काही माणसं अगदी याच्या उलट असतात. या जगात जन्माला न आलेल्या देवांना डोक्यावर घेऊन ती नाचत सुटतात! रस्त्यानं जाणाऱ्या सुंदर बाईकडं तू पुन:पुन्हा चोरून बघशील, पण ती बाई कशी पटकवावी, याचा विचार मात्र... छे! तो विचार पेलणारसुद्धा नाही तुला! म्हणून तर मुंगीला साखरेचा कण मिळावा, तसलं सुख तुमच्या वाट्याला येतं! आमच्यासारखी माणसं गरुडाच्या

पंखांनी सुखाचा शोध करीत असतात! जगातले सारे अमृताचे कुंभ आमच्या ओठांना लागतात!'

त्याची अशी बेछूट बडबड सुरू झाली, म्हणजे मी रागाने म्हणे,

'बच्चमजी, याद राखून ठेवा. एक दिवस या गोष्टीचा पश्चात्ताप करायची पाळी येईल तुमच्यावर!'

हे ऐकून तो मोठमोठ्याने हसे आणि म्हणे,

'कावळ्याच्या शापानं काही गाई मरत नाहीत!'

हे सारे सारे आठवून माझे मन फार बेचैन झाले. आजच्या तारेच्या मागे असलीच काही भानगड नसेल ना, अशी शंका मनात आली. लगेच माझे मलाच हसू आले. राजाभाऊ आता आयुष्याच्या उतरणीला लागला होता. उद्या त्याचा मुलगा कुठेतरी प्राध्यापक होईल. मुलींची लग्ने होऊन त्या भुर्रकन उडून जातील! कदाचित राजाभाऊसुद्धा 'हल्लीची तरुण पिढी बिघडली आहे' म्हणून तक्रार करू लागेल! सिनेमात काम नसेल, तेव्हा ज्ञानेश्वरीच्या प्रवचनाला तो जाऊ लागेल! नाही कुणी म्हणावे?

मग वहिनींनी ही तार का केली असावी?

राजाभाऊ नट म्हणून मागे पडत चालला होता. त्याला पैसे बेताबाताचेच मिळत असावेत! पण पैशाच्या अडचणीसाठी वहिनी तार कशाला करतील? मग? मुकुंदा फार आजारीबिजारी तर नसेल ना? तसे असले, तर तार राजाभाऊच्या नावाने यायला हवी होती!

मी खूप विचार केला. पण या प्रश्नाचे उत्तर काही केल्या मला सापडेना. मृत्युशय्येवरल्या माणसाचा प्राण धड जात नाही आणि धड राहत नाही! अशा वेळी त्याच्या शरीराची जशी अवस्था होते, तशीच या प्रश्नाने माझ्या मनाची झाली!

राजाभाऊंच्या घरात मी पाऊल टाकले, तेव्हा जिकडेतिकडे मला शुकशुकाट दिसला. नेहमी गात राहणारा तिथला रेडिओ आज मुका होता. वहिनींनी 'या, भाऊजी', असे म्हटले, तेही क्षीण स्वराने! एखाद्या खोल विहिरीतून आवाज यावा, तसे त्यांचे ते शब्द मला वाटले! साऱ्या घरावर कसले तरी मळभ दाटले होते!

दोघी मुली घरात वावरत होत्या; पण पावसात वळचणीचा आसरा शोधणाऱ्या चिमण्यांसारख्या त्या अंग चोरून फिरत असलेल्या दिसत होत्या.

चहा होईपर्यंत मी उगीच शतपावली केली. सहज राजाभाऊच्या खोलीत डोकावून पाहिले. त्याच्या टेबलावरले समोरासमोर असलेले पिता-पुत्रांचे फोटो

नेहमीप्रमाणे हसत होते! राजाभाऊ नाही तर नाही, मुकुंदा तरी घरात असेल, असे वाटले. पण तोही कुठे दिसेना! मी चुळबुळत आरामखुर्चीत पडलो. एखाद्या पूर्वपरिचित सुंदर माळावर पुष्कळ दिवसांनी फिरत फिरत जावे, पण तिथे नेहमीची हिरवळ कुठेच दिसू नये, उलट तिथे बसल्यावर कपड्यांना कुसळे मात्र लागावीत, तशी माझी स्थिती झाली!

चहा पिऊन मी कपबशी खाली ठेवली. वहिनींनी मुलींना हळूच डोळ्यांनी खुणावले. दोघी मुकाट्याने स्वयंपाकघरात निघून गेल्या. तार का केली, ते आता वहिनी सांगतील, म्हणून मी त्यांच्याकडे पाहू लागलो. त्यांचे ओठ थरथरत होते, पण तोंडातून काही केल्या शब्द उमटेना! त्यांनी माझ्याकडे पाहिले. त्यांच्या डोळ्यांत टचकन पाणी उभे राहिले. त्या ते पदराने पुसू लागल्या. मला ते बघवेना. मी म्हटले,

"काय झालंय तरी काय वहिनी?"

स्वतःला सावरीत वहिनींनी संथपणे एकच शब्द उच्चारला,

"भांडण!"

"भांडण? कुणाचं? तुमचं नि राजाभाऊंचं?"

"अंऽहं! या घरात भांडून माझा निभाव लागायचा नाही, हे मी कधीच ओळखून चुकले आहे! पहिल्यांदा हे सारं नवं होतं, तेव्हा तुम्हाला त्रास दिला, भाऊजी! मग मनाशी ठरवलं, रोज मरणारासाठी रडायला तरी कोण येणार? भाऊजी, या जगात साऱ्या रोगांवर औषध आहे; पण... पण नशिबावर कुठं औषध मिळतं का हो?"

त्या अशाच बोलत राहिल्या असत्या! मनात साठलेले त्यांचे दुःख उसळून बाहेर येण्याचा प्रयत्न करीत होते. पण जुन्या जखमांवर फुंकर घालीत बसण्याची ही वेळ नव्हती. म्हणून मी विचारले,

"कुणाचं भांडण झालंय, वैनी? मुकुंदाचं नि राजाभाऊचं तर..."

वहिनींनी होकारार्थी मान हलविली.

"मुकुंदा कुठं आहे?"

"त्या दिवशी कुठंतरी निघून गेला तो! हेही डोक्यात राग घालून बसले, म्हणून तर मी तुम्हाला तार केली. ह्यांच्यासारखाच हट्टी आहे. रागाच्या भरात..." त्यांच्या आवाजात एकदम कंप निर्माण झाला. बोलता बोलता त्या थांबल्या...

मी विचार करू लागलो. राजाभाऊची मुकुंदावर विलक्षण माया होती. तळहातावरल्या फोडासारखे वाढविले होते त्याने त्याला! अशा स्थितीत बापलेकांचे भांडण का व्हावे, हेच मला कळेना. मी वहिनींना म्हणालो,

"भांडण व्हायला कारण तरी काय झालं?"

वहिनींनी एकदम खाली मान घातली. मग चोरट्या मुद्रेने त्यांनी इकडेतिकडे पाहिले. अगदी मंद स्वरात त्या म्हणाल्या,

''मुकुंदा लग्न करायला निघाला होता. हे म्हणाले, 'माझा प्राण गेला तरी हे लग्न मी होऊ देणार नाही.''

''कुणाशी लग्न करणार होता तो? कॉलेजातल्या एखाद्या मुलीशी?''

''अंऽहं!'' त्या क्षणभर थांबल्या. मग आवंढा गिळून खाली पाहत म्हणाल्या, ''आमच्या मोलकरणीच्या भाचीशी!''

मी क्षणभर हतबुद्ध झालो. मुकुंदा हळव्या मनाचा आणि स्वप्नाळू वृत्तीचा आहे, हे मला ठाऊक होते. तो विज्ञानाचा विद्यार्थी होता. पण गडकरी आणि माधव ज्यूलियन यांच्या कवितांतली कितीतरी कडवी तो नेहमी गुणगुणायचा. कॉलेजातल्या एखाद्या उमलत्या कवयित्रीविषयी त्याच्या मनात आकर्षण निर्माण झाले असते, तर त्यात अस्वाभाविक असे काही नव्हते! पण मोलकरणीच्या भाचीशी लग्न करण्याचा हट्ट...

किती विचित्र गोष्ट होती ती! तसा मी काही कट्टर सनातनी नाही. काळाबरोबर सर्व गोष्टी बदलतात, हे मला कळते. पण बदलालासुद्धा काही मर्यादा नको का? राजाभाऊने मुकुंदाला विरोध केला, यात त्याचे काय चुकले? त्याच्या जागी मी असतो, तरी मी हेच केले असते.

राजाभाऊ सकाळीच चहा घेऊन बाहेर गेला होता. तो मुकुंदाचा शोध करीत होता की, कुणा दोस्ताच्या घरी जाऊन बसत होता, ते देव जाणे! वहिनींनी मुकुंदाचा खूप शोध केला. शेवटी, तो आपल्या एका सोबत्याच्या खोलीत असल्याचा पत्ता काल रात्री त्यांना लागला. मी आज आलो नसतो, तर त्या स्वत:च त्या पत्त्यावर जाणार होत्या.

मी मुकुंदाकडे जायला निघालो. जाण्यापूर्वी वहिनींकडून त्या मुलीविषयी थोडी माहिती मिळविली. गतवर्षी वहिनींची मोलकरीण आजारी पडली. तिने बदली म्हणून आपली भाची कामाला दिली. पोरगी उफाड्याची होती, ठसठशीत होती; पण मुकुंदाचे लक्ष तिच्याकडे जाईल, हे स्वप्नातसुद्धा वहिनींना खरे वाटले नसते. तसा पुसट संशय आला असता, तरी विषवल्लीचा हा अंकुर त्यांनी मुळातच खुडून टाकला असता.

दुपारी बारा वाजेपर्यंत मी भटकलो. मुकुंदाच्या सोबत्याच्या खोलीवर तीनदा गेलो. पण कुणाचीच गाठ पडली नाही. राजाभाऊची बसण्या-उठण्याची सारी ठिकाणं धुंडाळली. चुकला फकीर मशिदीत म्हणून एका सिनेमा कंपनीतही त्याची चौकशी केली; पण त्याचा कुठेच पत्ता लागेना! बाप आणि लेक -

दोघेही माझ्याशी लपंडाव खेळत होते.

शेवटी संध्याकाळी मुकुंदाची गाठ पडली. मी का आलो, हे त्याने लगेच ओळखले, तो प्रथम घुश्श्यातच होता. पण मी काही केवळ राजाभाऊंची बाजू घेण्याकरिता आलो नाही, हे लक्षात आल्यावर तो थोडासा मोकळेपणाने बोलू लागला.

त्याच्या पोटात शिरण्याचा प्रयत्न केला मी! जातिभेद नाहीसा झाला पाहिजे, गरीब कोण, श्रीमंत कोण हे पाहण्यात काही अर्थ नाही, असे बरेचसे काही मी बोलत राहिलो. मग बोलता बोलता मध्येच म्हणालो,

''ही मुलगी तुला शोभण्यासारखी आहे का?''

''शोभण्यासारखी? म्हणजे?''

''ती दिसायला चांगली असेल रे! पण उद्या तू प्राध्यापक होशील! नि या मुलीचं शिक्षण तर अगदीच...''

''मी शिकवीन तिला. त्यात काय कठीण आहे एवढं?''

''पण तुझ्या आईला हे पसंत नसलं, तर?''

तो एकदम उसळून म्हणाला,

''बाबांचे सारे खेळ आई जन्मभर बघत आली. ते बघून तिचं मन अगदी घट्ट झालंय. दोन दिवस तिला वाईट वाटेल! पण...''

तो म्हणाला, ते एका दृष्टीने खरेही होते.

मी गप्प बसलो, असे पाहून मुकुंदाला जोर चढला. तो तावातावाने बोलू लागला,

''काका, आईसाठी मी माझं मन मारलं असतं! पण या लग्नाला विरोध करण्याचा बाबांना काय अधिकार आहे? जन्मभर रंगढंग करून त्यांनी आईला छळलं! नि वर ते मला दरडावून सांगू लागले, 'प्राण गेला, तरी हे लग्न मी होऊ देणार नाही.' त्याच क्षणी मी ठरविलं, 'प्राण गेला, तरी बेहेत्तर आहे. मी याच मुलीशी लग्न करणार!''

क्षणभर थांबून तो किंचित कंपित स्वराने म्हणाला,

''तुम्हाला कल्पना नाही, काका. बाबांच्या पायी मी फार भोगलंय! त्यांची लफडी सिनेमाच्या साप्ताहिकांत यायची. माझ्या वर्गातल्या पोरांनी ती मिटक्या मारीत वाचायची... नि मग... ती पोरं माझी अशी क्रूर थट्टा करायची! एखाद्या नटीचा फोटो दाखवून ती म्हणायची, 'मुकुंदा, ही बघ तुझी नवी आई! तुझ्या ओळखीची आहे का रे ही? मग आमची ओळख करून दे ना तिच्याशी एकदा!''

बोलता बोलता तो थांबला. त्याने आवंढा गिळला. मग आर्त स्वराने तो म्हणाला,

"खरं सांगतो काका तुम्हाला! ज्वालामुखीच्या पोटात लाव्हा शिजत असतो ना? तसं माझं मन आतून सारखं... बाबांना चांगला धडा शिकवावा, म्हणून ते तडफडत होतं. बाबा बेछूट, आई दुबळी! मला पूजा करायला कुठली तरी चांगली मूर्ती हवी होती. ती कुठंच सापडेना! घरी-दारी, मित्रांत, शिक्षकांत, समाजात, जिथं तिथं मोडक्या तोडक्या मूर्ती मला मिळाल्या. माझं लक्ष अभ्यासावरनं पार उडालं. त्याच वेळी घरात ही मुलगी कामाला येऊ लागली. ती सारखी डोळ्यांसमोर असायची. मध्येच माझ्याकडं पाहून हसायची. माझं मन माझ्या ताब्यात राहिलं नाही. माझं प्रेम हा मूर्खपणा असेल, पण मी तुम्हाला वचन देतो. काका, मी त्या मुलीला फुलासारखी सांभाळीन. तिच्यावर जन्मभर प्रेम करीन!"

बोलता बोलता मुकुंद उठला आणि माझे पाय धरीत म्हणाला,

"मला तुमचा आशीर्वाद हवाय, काका!"

तापात भ्रम झाला की, मनुष्य बडबडू लागतो, अशा वेळी काही केल्या त्याला आवरता येत नाही. मुकुंदाचे आत्ताचे बोलणे ऐकताना मला तसेच वाटले. माझी मन:स्थिती मोठी चमत्कारिक झाली.

तसे पाहिले, तर सारा दोष काही मुकुंदाकडेच नव्हता. त्याची विशी नुकती उलटली होती. आयुष्यातली मोठी विचित्र वेळ असते ही! या वयात खूप खूप जाणवू लागलेले असते, पण पुरते असे काहीच समजत नसते. वसंताची चाहूल लागताच वृक्ष-वेलींवर जशी तांबूस पालवी दिसू लागते, तशी तरुण मुला-मुलींच्या मनांत प्रीती उमलू लागते! मुकुंद तरी या नियमाला अपवाद कसा होणार!

मी आलो होतो त्याला उपदेश करायला; पण वहिनींचा गोरामोरा चेहरा डोळ्यांपुढे दिसत असूनही, माझ्या तोंडातून बोधामृताचा एक बिंदूही बाहेर पडला नाही. उलट मुकुंदाच्या खांद्यावर वात्सल्याने हात ठेवून त्याला थोपटल्यासारखे करीत मी म्हणालो,

"लहानपणापासून आम्ही तुला मुक्या म्हणत आलो; पण तू काही मुका नाहीस, चांगला फर्डा वक्ता आहेस! आता रात्री राजाभाऊची नि माझी गाठ पडली, म्हणजे..."

मुकुंदा मध्येच उसळून म्हणाला,

"माझ्याबद्दल कसलीही रदबदली करू नका तुम्ही, काका. फक्त आईला माझा एक निरोप सांगा. चार दिवसांनी मी माझ्या बायकोला घेऊन तिच्या पाया पडायला येणार आहे. त्यावेळी एकदाच - एकदाच तिनं आम्हा दोघांना आशीर्वाद

द्यावा. तो देऊन तिनं आम्हाला घराबाहेर हाकलून काढलं, तरी...''

त्याचा कंठ दाटून आला. यौवन जितके आंधळे तितकेच हळवे असते, याची प्रचिती मला आली!

त्याचा पुढचा बेत विचारण्याचा धीर मला होईना. कुठेतरी बाहेरगावी जाऊन लग्न उरकून घ्यायचा त्याचा विचार असावा! धनुष्यावरून बाण सुटला होता. तो हवेतून सूंऽसूंऽ करीत चालला होता. तो थांबवायचा कसा?

रात्री जेवणे झाल्यावर राजाभाऊच्या खोलीत आम्ही दोघे जाऊन बसलो. मुकुंदाचा विषय कसा काढावा, या विवंचनेत मी होतो. नेहमीप्रमाणे धूम्रवलये सोडीत आणि त्या वलयांकडे एखाद्या स्वप्नाळू कवीप्रमाणे पाहत राजाभाऊ म्हणाला,

''नाना, सुमीच्या लग्नाला आम्ही येणार होतो; पण या मुक्यानं भलतीच भानगड सुरू केली इथं! मी थोडासा रागावलो, तर हा गाढव घर सोडून निघून गेला. नेहमी पुस्तकात डोकं खुपसून बसायचा! ती भांडी घासणारी अप्सरा या विश्वामित्राची मेनका होईल, असं स्वप्नातसुद्धा आलं नाही माझ्या!'' एवढे बोलून तो हसला. पडद्यावर खलपुरुषाचे काम करताना जसा हसत असे, तसा!

त्या हसण्याने माझ्या काळजात चर्रऽऽ झाले.

मुकुंदाची काहीतरी वकिली करणे जरूर होते. पण ती कशी करायची?

मी काहीच बोलत नाही, असे पाहून राजाभाऊ सिगारेटची राख झाडीत म्हणाला,

''या लेकाला प्रेम करायचं होतं, तर कॉलेजातली एखादी पोरगी गाठायची होती! पण हे... हे काय प्रेम झालं?''

''पण... पण... मुकुंदा तसा मी... मी...'' एकेक शब्द चाचरत मी बोललो. पुढे काय बोलावे, हे मला सुचेना!

पण मला काय म्हणायचे आहे, ते राजाभाऊने ताडले असावे!

तो मान उडवीत म्हणाला,

''हिनं उगीच तार केली तुला. अरे, दिवाळीत रस्त्यावर पोरं फटाकड्या उडवतात ना? तसलीच ही प्रेमं असतात. एखादी फटाकडी चुकून घरात शिरली, म्हणून काही ती विझवायला कुणी नगरपालिकेचा बंब बोलावित नाही! उद्या मुकुंदा मुकाट्यानं घरी परत येतो की नाही, पाहा! तुझी काही पुण्याई असेल, तर ती त्याला अभ्यास करायला लावण्याच्या कामी खर्च कर. तीन दिवस या कारट्यानं माझ्या डोळ्यांला डोळा लागू दिला नाही. मी पडतो आता जरा.''

कितीतरी वेळ अंथरुणावर मी जागाच होतो. सारा दिवस राजाभाऊ घराबाहेर घालवीत होता. तेव्हा हे लग्न होऊ नये, म्हणून तो काहीतरी कारवाई करीत असावा, हे निश्चित! पण मुकुंदा केवढ्या आत्मविश्वासाने मला म्हणाला होता,

'आम्ही दोघं चार दिवसांनी आईचा आशीर्वाद घ्यायला येणार आहोत.'

त्या पोरीची खात्री असल्याशिवाय का तो असे म्हणाला असेल? ती पोरगी पांढरपेशा समाजात जन्मली नसेल, शाळा-कॉलेजात गेली नसेल, पण प्रेम कसे करावे, हे शिकायला शाळा-कॉलेजात जायची काय जरुरी आहे?

हे प्रेम जमले तरी केव्हा? कसे? भाऊ फार आजारी असल्यामुळे वहिनी मध्ये माहेरी गेल्या होत्या, तेव्हा? असल्या भानगडीत मुकुंदासारखा सालस मुलगा कसा पडला? का बापाच्या बेताल वागणुकीमुळे...

समोर आग पेटलेली होती! ती कशी लागली, ही चौकशी करण्यापेक्षा ती विझविण्याची धडपड करणे जरूर होते. मी विचार करू लागलो.

मुकुंदा आणि ती मुलगी यांच्यामध्ये केवढी खोल, रुंद दरी पसरली आहे. या दरीवरून पलीकडे उडी मारण्याचे धाडस मुकुंदा करीत आहे. नाही, राजाभाऊचे भाकीत खरे होणार नाही. ही मुलगी मुकुंदाला अंतर देणार नाही.

मला केव्हा झोप लागली ते कळले नाही. मी जागा झालो, तो दारावरल्या घंटेच्या टर्रर अशा कर्कश आवाजाने. एकदम मनात आले, आपला कयास चुकला! राजाभाऊची युक्ती यशस्वी झाली असावी. हा मुकुंदाच निराश होऊन घरी परत आला असेल. बापलेकांचे थोडे मोकळेपणाने बोलणे व्हावे, म्हणून मी अंथरुणावरच पडून राहिलो.

एखाद-दुसरे मिनिट गेले असेल, नसेल! एकदम वहिनींचा हुंदका मला ऐकू आला असावा, असे मला वाटले. पण पुढल्याच क्षणी मुलींचे हुंदके ऐकू येऊ लागले!

मी खोलीतून लगबगीने बाहेर आलो. राजाभाऊच्या खोलीकडे गेलो. राजाभाऊ कोपऱ्यात कपाळाला हात लावून, शून्य दृष्टीने पाहत बसला होता. वहिनी जमिनीवर बसून स्फुंदत होत्या. दोन्ही मुली त्यांना बिलगल्या होत्या. त्याही मुसमुसत होत्या. एक तरुण चोरासारखा चेहरा करून खोलीच्या दारात उभा होता.

मी त्याला कापऱ्या स्वराने विचारले,

"काय, झालं तरी काय?"

तो अडखळत उत्तरला,

"ती मुलगी... ती... रात्री मुकुंदाकडं आली. तिला कुठं सिनेमात काम मिळालंय! 'मला तुझ्याशी लग्न करायचं नाही', असं सांगून ती निघून गेली. ती

गेल्यावर मुकुंदा माझ्याशी एक शब्दही बोलला नाही. आम्ही मुकाट्यानं झोपलो. रात्री तो केव्हा उठला, ते मला कळलं नाही. त्यानं पोटॅशियम सायनाइड कुठून मिळवलं होतं, तेही मला माहीत नाही. पण...'' त्याचे डोळे भरून आले. मोठ्या कष्टाने तो म्हणाला, ''मुकुंदाला इस्पितळात पोहोचवून धावत आलो मी इकडं!''

डॉक्टरांनी प्रयत्नांची शिकस्त केली; पण काही उपयोग झाला नाही. आणखी पन्नास वर्षांनी मुकुंदाने शांतपणाने ज्या वाटेने जायचे, त्या वाटेने तो आज आक्रस्ताळेपणाने तडफडत निघून गेला. एखादा धरणीकंप व्हावा आणि उभ्या जन्माच्या कमाईतून उभारलेले सुंदर घर हां हां म्हणता डोळ्यांसमोर कोसळून पडावे, तशी स्थिती झाली!

कुणाचे सांत्वन कसे करायचे, ते मला कळेना. पण काळ काही कुणाकरिता थांबत नाही.

दोन दिवस झाले. दिवस कसाबसा जाई, रात्र मात्र अगदी खायला येई. राजाभाऊची स्थिती मोठी केविलवाणी झाली होती. तो कुणाशीही अवाक्षरदेखील बोलत नव्हता. आपल्या खोलीत सिगारेटमागून सिगारेट ओढीत तो बसे. मध्येच टेबलावरल्या फोटोकडे टक लावून पाही. मी खोलीत असलो, तर माझ्याकडे बघे आणि एकदम खाली मान घाली.

तिसऱ्या दिवशी रात्री तो असाच बसला होता. आपल्या अगदी जवळ येऊन बसण्याची खूण त्याने मला केली. मी माझी खुर्ची त्याच्याजवळ सरकवली. त्याच्या हाताचा कंप मला जाणवला. कितीतरी वेळ आम्ही दोघे स्तब्ध बसलो होतो. नुसत्या स्पर्शाने बोलत होतो. शेवटी त्याने माझ्याकडे मान वळवून पाहिले. मग मंद स्वरात तो म्हणाला,

''नाना, मला काही सांगायचंय तुला. ते सांगितल्याशिवाय... ते सांगितल्याशिवाय सुखानं मरण यायचं नाही मला.''

तो मरणाच्या गोष्टी बोलू लागलेला पाहून मी त्याचा हात दाबीत म्हणालो,

''उद्या स्वस्थपणानं बोलू आपण. तू थोडासा पड आता. झोप लागते का, पाहा.''

तो कळवळून उद्गारला,

''माझ्या मनाची तगमग तुला समजायची नाही. खरं सांगतो... अगदी खरं सांगतो तुला, नाना! मुकुंदाला मी मारलं!''

मी चपापलो, त्याच्या बोलण्याचा अर्थ मला कळेना. त्याचे दोन्ही हात हातात घेऊन मी म्हणालो,

"असं वेड्यासारखं बोलू नकोस काही."

आपले हात सोडवून घेत तो खुर्चीवरून उठला. खोलीत येरझारा घालू लागला.

थोड्या वेळाने तो थांबला, मग माझ्याकडे वळून म्हणाला,

"मी आता वेडा राहिलो नाही, नाना. मुकुंदाच्या चितेच्या चटक्यांनी माझं सारं वेड..."

तो थांबला. लगेच पुन्हा बोलू लागला, "मी... मी असा वागत आलो नसतो, तर... मुक्या गेल्यावर हे सारं मला कळतंय रे! ते आधी कळलं असतं तर..."

एकदम तो पुतळ्यासारखा उभा राहिला. पुढल्याच क्षणी तो पुतळा दोन्ही हातांनी आपले तोंड झाकून घेऊन स्फुंदू लागला.

मी त्याच्याजवळ गेलो आणि त्याचा खांदा थोपटीत म्हणालो,

"जे घडलं, त्यात तुझा काय दोष आहे?"

एखाद्या प्रचंड माशाने प्रक्षुब्ध होऊन खोल पाण्यातून बाहेर यावे, तसा तो उसळून उठला. सद्गदित स्वराने तो उद्गारला,

"सारा... सारा दोष माझा आहे. मी मुकुंदाचा खून केला. ज्या हातांनी... ज्या हातांनी त्याला मी थोपटलं होतं, ज्या हातांनी त्याला बोट धरून चालायला शिकवलं होतं, ज्या हातांनी त्याला भरवलं होतं, त्या हातांनी..."

मी मध्येच म्हणालो,

"हे लग्न होऊ नये, म्हणून तू धडपड केलीस, त्यात तुझी काय चूक होती? तुझ्या जागी मी असतो, तरी मी हेच..."

मानेला मोठा हिसडा देत तो म्हणाला,

"नाही. नाना, नाही! तू कधीच माझ्यासारखा... आपल्या चोरट्या सुखातला प्रतिस्पर्धी म्हणून तू स्वत:च्या मुलाला..."

"म्हणजे?" एक चीत्कार माझ्या तोंडून बाहेर पडला.

स्वत:ला सावरीत कातर स्वराने राजाभाऊ म्हणाला,

"हे खरं आहे, नाना. अगदी उघडंनागडं सत्य आहे हे! मला फारशी कामं मिळत नव्हती हल्ली. कमाई कमी! त्यामुळे चैनीची साधनं कमी! पण तिची चटक मात्र..." क्षणभर थांबून तो पुढे म्हणाला, "याच वेळी ती पोरगी आमच्या घरी कामाला येऊ लागली. ती छटेल आहे, हे मी चटकन ओळखलं! माझं जाळं मी पसरलं, नेहमीच्या सफाईनं! चार दिवस मौज लुटण्यापलीकडं असल्या चोरट्या भानगडींचा मी कधीच विचार केला नव्हता. मुकुंदा त्याच पोरीशी लग्न

करायला निघाला, तेव्हा माझ्या तळपायाची आग मस्तकाला गेली. मला काही सुचेनासं झालं. माझ्यातला बाप खडबडून जागा झाला. जिचा सासऱ्याशी संबंध होता, अशी सून मला घरात यायला नको होती. पण हे मुकुंदाला सांगता येईना मला! तुझ्या वहिनीला सांगता येईना! कुणापाशी काही बोलता येईना! हे लग्न होऊ नये, म्हणून मी धडपड केली, ती या कारणासाठी! ती धडपड अशी...''

त्याला पुढे बोलता येईना. एखाद्या अनाथ, अगतिक लहान मुलासारखा तो स्फुंदू लागला. त्याचे हुंदके मला ऐकवेनात. पोहता पोहता पट्टीचा पोहणारा भोवऱ्यात सापडून बुडू लागावा, बुडता बुडता त्याने मदतीसाठी हृदयभेदक किंकाळी फोडावी आणि काठावर उभ्या असलेल्या मनुष्याला त्याच्यासाठी काही-काही करता येऊ नये, तशी माझी स्थिती झाली.

■

खूपखूप खाली काळे काळे ढग संथपणे तरंगत चालले होते. डुलत डुलत जाणाऱ्या हत्तीच्या पिलांसारखे!

त्या ढगांकडे तो निश्चल दृष्टीने पाहत होता. कितीतरी वेळ तो तसाच पाहत राहिला. नंदनवनाच्या या बाजूला त्यावेळी कुणी आले असते, तर पृथ्वीकडे पाहणाऱ्या मानवाची ही कोरीव आकृती पाहून त्याला मोठे नवल वाटले असते.

पलीकडून पैंजणांचे अस्फुट मंजुळ ध्वनी झुळझुळत जात होते!

गीतलहरी कानांत गुदगुल्या करीत होत्या.

ते संगीताचे सूरच होते का? की वायुलहरींनी केसांत माळलेल्या नंदनवनातल्या फुलांचा सुगंध होता तो?

त्याला काही कळेना!

खूपखूप खाली तरंगत असलेल्या काळ्या ढगांकडे तो तसाच टक लावून पाहत राहिला. त्या ढगांखेरीज त्याला दुसरे काही काही दिसत नव्हते. पाहता पाहता तो गुणगुणू लागला,

नवे नाटक

'आषाढस्य प्रथमदिवसे मेघमाश्लिष्टसानुम्...'

पुढचा चरण त्याच्या मुखातून बाहेर पडण्याआधीच कुणीतरी पैंजणाच्या बोलांसारखी हाक मारली,

"कविराज!"

तो चमकला. ऋषीच्या समाधीचा भंग व्हावा, तशी त्याची स्थिती झाली. त्याने रुष्ट मुद्रेने वळून पाहिले. समोर उर्वशी उभी होती.

तिच्याकडे पाहता पाहता त्याच्या मनात आले,

'महेंद्राचं सुकुमार प्रहरण म्हणून मी जिचं वर्णन केलं, ती हीच का उर्वशी? छे! माझ्या नाटकाची नायिका होण्यासारखं काय आहे हिच्यात?'

नाजूकपणाने हात जोडून आणि लाडिकपणाने मस्तक किंचित झुकवून उर्वशी म्हणाली,

"महाकवी, मी आले आहे."

"ते दिसलं मला!"

"मी बोलवायला आले आहे."

"कुणाला?"

"इश्श! हे काय बाई विचारणं? इथं दुसरं कोण आहे?"

"कुणी बोलावलंय मला?"

"देवेंद्रांनी."

"कशाला?"

"देवांनी अमृत मिळवलं, त्या शुभ दिवसाचा उत्सव आहे आज!"

"ते ठाऊक आहे मला! पण... खरं सांगू उर्वशी! अमृत हा देवांना मिळालेला वर नाही, तो शाप आहे!"

उर्वशी माझ्याकडे आश्चर्याने पाहू लागली. तो काय बोलत आहे, हे तिला कळेना! कवी अनेकदा वेड्यासारखे वागतात, हे तिने ऐकले होते. महाकवी कालिदासाची ही अशीच एक वेडाची लहर असावी, असे तिला वाटले.

कवी पुढे बोलू लागला.

"शाकुंतलापेक्षा सुंदर नाटक लिहिण्याचा विचार करतोय मी! सारखा तोच एक विचार..."

"मग माझ्यावर लिहा ना पुन्हा दुसरं नाटक!"

तिचे बोलणे ऐकले न ऐकलेसे करून कवी म्हणाला,

"इथं कशावर काय लिहायचं, तेच कळत नाही मला. माझ्या साऱ्या भावना गोठून गेल्या आहेत! अगदी कंटाळा आलाय मला या स्वर्गाचा!"

आपल्या मानेला नाजूक हिसडा देत उर्वशी म्हणाली,

"इश्श, हे काय बाई बोलणं झालं? स्वर्गाची दारं सताड उघडी टाकली, तर पृथ्वीवरले सारे लोक हां हां म्हणता इथं गर्दी करतील."

एक सुस्कारा सोडून कालिदास म्हणाला,

"माझं दु:ख तुला समजायचं नाही. तू देवलोकातली अप्सरा आहेस. मी मानवांचा कवी आहे!"

"दु:ख? या आमच्या स्वर्गात दु:ख औषधालासुद्धा मिळायचं नाही, कविराज! त्याच्यासाठी त्या भिकार पृथ्वीवरच जायला हवं!"

"तोच विचार करतोय मी!"

भृकुटिभंग करीत उर्वशी म्हणाली,

"सावकाश विचार करा तो! आधी नंदनवनात चला. सारे देव तिष्ठत बसले आहेत तिथं. नारदमुनी आले आहेत. तेच देवेद्रांना म्हणाले..."

कालिदासाने उत्सुकतेने विचारले,

"काय म्हणाले?"

नारदमुनी देवेंद्रांना म्हणाले, "मोठे अरसिक आहात तुम्ही सारे देव! कालिदासासारखा महाकवी स्वर्गात असून, या उत्सवावरली त्याची कविता ऐकायची काही इच्छा होत नाही तुम्हाला!"

"नारदमुनी असं म्हणाले?"

"हो. असं म्हणाले. देवेंद्रांना राग आला ते ऐकून! पण तो त्यांनी हसण्यावारी नेला. लगेच त्यांनी माझ्याकडं पाहिलं. माझ्याकडं हं! त्या रंभेकडं नाही की मेनकेकडं नाही!"

उर्वशीकडे पाठ फिरवून खूपखूप खालून तरंगत जाणाऱ्या कृष्णमेघांच्या मालिकेकडे कालिदास पाहू लागला. पाहतापाहता तो गुणगुणू लागला,

"तच्चेतसा स्मरति नूनमबोधपूर्वम्
भावस्थिराणि जननान्तरसौहृदानि"

उर्वशीची मुद्रा मलूल झाली! तिने आपला अधरोष्ठ चावला. पण लगेच सारा राग गिळून ती म्हणाली,

"कविराज, काय सांगू मी देवेंद्रांना?"

"कवीची येण्याची इच्छा नाही म्हणून सांग."

जाता जाता उर्वशी फणकाऱ्याने म्हणाली,

"बोलून चालून मी तुमच्या एका सामान्य नाटकाची नायिका! तुमच्या त्या लोकप्रिय शकुंतलेची सुंदर आई बोलवायला आल्यावर येणार असाल तुम्ही! बरं, बाई अश्शी जाते नि तिला पाठवून देते!"

उर्वशी चडफडत निघून गेली. तिच्या पायांतले पैंजणसुद्धा रागावले होते!

खूप खूप खालून जाणाऱ्या काळ्या ढगांकडे पाहत कालिदास तसाच बसून राहिला. त्याचे मन आज विलक्षण पर्युत्सुक झाले होते. क्षणाक्षणाला ते पृथ्वीवर धाव घेत होते. मंदाकिनीपेक्षा क्षिप्रेच्या तरंगांचे सौंदर्य अधिक मोहक आहे, असे राहून राहून त्याच्या मनात येत होते. मालवातल्या एका वनभागात स्वच्छंद भ्रमण करीत असताना पाहिलेले ते दोन निरागस डोळे त्याला दिसत होते. ते त्याला पृथ्वीवर बोलावित होते. त्या मुग्ध, मृगनयनेच्या चिंतनातूनच शकुंतलेच्या कथेकडे तो वळला होता.

त्याच्या मनात आले, 'इथनं या खालच्या काळ्या ढगांवरून महाकालाच्या

मंदिरात सहज उडी मारता आली असती, तर किती बरं झालं असतं!'

वीणेच्या झंकाराने तो आपल्या विचारतंद्रीतून जागा झाला. त्याने वळून पाहिले.

हसतमुख नारदमुनींची स्वारी लगबगीने येत होती.

कालिदास झटकन पुढे झाला आणि चरणस्पर्श करीत म्हणाला,

"मुनिवर्य, कालिदास आपल्याला अभिवादन करीत आहे."

"नारायण... नारायण!" असे म्हणत नारदांनी त्याला आशीर्वाद दिला. मग ते हसत म्हणाले, "नुसता कालिदास नाही, कवि कालिदास! ज्याला त्याची जन्मभूमी अजूनही विसरली नाही, असा महाकवी कालिदास!"

"अजून माझी आठवण आहे भरतखंडातल्या लोकांना?"

"नुसती आठवण नाही! ते तुला डोक्यावर घेऊन नाचताहेत! ते सारं तुला मी सवडीनं सांगेन. आधी तुझी प्रकृती बरी होऊ दे! स्वर्गातसुद्धा माणसं आजारी पडायला लागली, म्हणजे मोठी पंचाईत झाली म्हणायची!"

कालिदासाने हसून विचारले,

"माझी प्रकृती बरी नाही, असं कुणी सांगितलं आपणाला?"

"उर्वशीनं!"

कालिदास स्वतःशीच हसला. शाकुंतलाच्या पाचव्या अंकात स्त्रियांच्या अशिक्षितपटुत्वाचे आपण जे वर्णन केले आहे, ते किती मार्मिक आहे, याचा त्याला हा नवा प्रत्यय आला! मग गंभीर स्वराने तो म्हणाला,

"मुनिवर्य, माझी प्रकृती ठीक आहे. पण मन मात्र या स्वर्गातल्या कुठल्याच गोष्टीत रमत नाही. तेच अमृत, त्याच अप्सरा, तीच गीतं, तीच नृत्यं... इथं सारं तेच तेच आहे! ज्या जगात दुःखाला जागा नाही, तिथलं सुख बेचव होतं! म्हणून मी असा एका बाजूला येऊन बसतो. मी मेघदूत लिहिलं, तेव्हा माझी पत्नी माहेरी गेली होती. त्या विरहाच्या दिवसांची आठवण करीत मी इथं बसतो. माझी शकुंतला मला जिथं दिसली, त्या वनभागाचं चिंतन करीत मी इथं बसतो. पण या साऱ्या आठवणींनी मन अधिकच व्याकूळ होतं. वाटतं, ती सुंदर अवंती पुन्हा एकदा पाहावी, त्या नगाधिराज हिमालयाच्या चरणांवर पुन्हा एकदा मस्तक ठेवावं, काही दिवस मृत्युलोकातच राहावं नि एखादं नवं सुंदर नाटक लिहावं... शाकुंतलाहूनही सरस असं नाटक..."

नारदमुनी त्याच्या पाठीवर थाप मारीत म्हणाले,

"एवढंच ना? मग चल माझ्याबरोबर. पृथ्वीवरनं स्वर्गात नि स्वर्गातनं पृथ्वीवर माझ्या फेऱ्या सुरू आहेत अजून! अरे हो...!" एकदम आठवण

झाल्यासारखे करून नारद म्हणाले, ''तुला सांगायला हवं होतं, तेच विसरलो! तुझ्या 'अजविलापा'तला नारद आता म्हातारा झालाय, हेच खरं!''

''काय सांगणार होता मला आपण, मुनिवर्य?''

''भरतखंडात सुरू झालेला तुझा उत्सव पाहून तुझं मन फुलेल... नव्या नाटकाची स्फूर्ती तुला निश्चित मिळेल!''

''उत्सव? माझा उत्सव?''

''हो. तुझ्या जन्मभूमीत सर्वत्र तुझा उत्सव सुरू आहे. देशाला फार मोठा सांस्कृतिक वारसा देऊन गेलास, म्हणून लोक तुझा जयजयकार करताहेत! अवंतीत, मुंबापुरीत, हस्तिनापुरात... प्रत्येक नगरात तुझं चित्र असलेलं पोस्टाचं तिकीटसुद्धा...''

''माझं चित्र? मी कसा दिसत होतो, हे त्या लोकांना कसं कळलं, मुनिराज? तुम्ही नाही ना माझं एखादं वेडंवाकडं चित्र त्यांना काढून दिलंत?''

''शांतं पापम्! शांतं पापम्!'' असे म्हणत नारदमुनींनी आपला त्या चित्राशी काही संबंध नाही, असे दर्शविले!

कालिदासाचे मन अभिमानाने भरून गेले. त्याचे कुतूहल शिगेला पोहोचले. त्याने उत्सुकतेने प्रश्न केला,

''तुम्ही तिकीट का काय म्हणालात! हे काय प्रकरण आहे?''

खो खो हसत नारद उत्तरले,

''या आधुनिक गोष्टी तुला कळायच्या नाहीत, हे विसरलोच होतो मी. हे तिकीट काढणारं पोस्ट-खातं तुझ्या वेळी असतं, तर तुझ्या यक्षानं बायकोला मेघाबरोबर संदेश पाठविला नसता! त्यानं तिला 'एक्सप्रेस पत्र' धाडलं असतं. तार ठोकली असती. तो तिच्याशी फोनवरून बोलला असता!''

'एक्सप्रेस पत्र', 'तार', 'फोन' हे शब्द ऐकून कालिदास वेड्यासारखा नारदांकडे पाहू लागला. ते हसत म्हणाले,

''तुझ्या वेळचं जग आता राहिलं नाही बाबा! फार सुधारणा झाल्याहेत पृथ्वीतलावर! चल, जाता जाता सारं तुला सांगतो मी. माझ्याबरोबर अदृश्य रूपानं तुला सर्वत्र संचार करता येईल. कुठल्याही भाषेत कुणी बोलत असलं, तरी तुला ते कळेल. अंतर्ज्ञानानं प्रत्येक मनुष्याचं चरित्र मला चटकन समजतं. ते मी तुला सांगत जाईन. सुंदर नाट्यकृती निर्माण करायला तुझ्यासारख्या महाकवीला आणखी काय हवं?''

नारदमुनी कालिदासासह पृथ्वीवर उतरले, ते पाषाणपुरातल्या एका महाविद्यालयाच्या वर्गातच! तिथे 'शाकुंतला'चे अध्ययन चालले होते.

एक हडकुळा पोरगेला प्राध्यापक व्यासपीठावर उभा होता. एका लठ्ठ पुस्तकात डोके खुपसून 'निसर्गकन्या शकुंतला' या विषयावरले एका इंग्रज पंडिताचे मत तो वाचून दाखवित होता. प्राध्यापकांचे वाचन वर्गात सुरू नसून बाहेर रस्त्यावर चालले आहे, असे अनेक मुलांच्या चेहऱ्यांवरून वाटत होते! शकुंतलेच्या हरिणीवरल्या प्रेमाचा उल्लेख होताच मागच्या बाकावरल्या एका टोकाने 'म्यॉंव म्यॉंव' केले! त्याला दुसऱ्या टोकाकडून उत्तर मिळाले, 'भुक् भुक्!'

प्राध्यापकांनी हातातल्या इंग्रज ग्रंथकाराला टेबलावर आपटले. ते ओरडले,

"सायलेन्स! शाकुंतल वाचतोय आपण! अर्नाळकरांची रहस्यकथा नाही! महाकवी गटे हे नाटक डोक्यावर घेऊन नाचला होता!"

"मग तुम्ही ते हातात का घेता?" मागच्या बाकावरला हिटलरी मिशांचा अभिमान बाळगणारा एक वीर पुटपुटला! त्या बाकावर हशा उसळला.

प्राध्यापक पुन्हा ओरडले,

"सायलेन्स!"

इतक्यात पुढल्या बाकावरला एक गोरटेला, कुरळ्या केसांचा मुलगा उठला,

"सर, माझी एक शंका आहे."

"बोला." प्राध्यापक गुरगुरले.

"कालिदास हा अश्लील लेखक आहे काय?"

"कोण म्हणतं असं?" प्राध्यापक खेकसले.

"आमचे काका म्हणतात!" ते 'संस्कृति-संवर्धक मंडळा'चे दुय्यम चिटणीस आहेत. त्यांनी आज सकाळी मला प्रियंवदेच्या एका वाक्याचा अर्थ विचारला, बोलता बोलता तो क्षणभर थांबला. मग चाचरत म्हणाला, "आत्मन:पयोधरविस्तारयितु यौवनं उपालंभस्व' या वाक्याचा काकांनी अर्थ विचारला मला! तो सांगायची मला लाज वाटू लागली. त्याबरोबर ते म्हणाले, 'अश्लील, अश्लील म्हणतात, ते हेच!"

"यात अश्लील काय आहे, सर?" मागून एक आवाज आला.

"आम्हाला याचा अर्थ कळला नाही, सर!" लगेच दुसरा आवाज आला.

वर्गात एकच गोंधळ सुरू झाला. मुलींवर कागदी बाण येऊन पडू लागले.

नारदमुनींचा हात धरून बाहेर जात कालिदास म्हणाला,

"मुनिवर्य, तरुण मुली आपापसांत एकमेकींची थट्टा-मस्करी करतात. त्या थट्टेचा एक नमुना म्हणून हे वाक्य मी लिहिलं. माझ्या अर्थाचा असा अनर्थ होईल..."

नारदमुनी म्हणाले,

"त्यात कसला आलाय अनर्थ? पिढ्यान् पिढ्या विद्यार्थी तुझ्या शाकुंतलाचा अभ्यास करताहेत इथं! केवढा गौरव आहे हा तुझा!"

ते उपहासाने बोलत आहेत की काय, अशी कालिदासाला शंका आली. तो खाली मान घालून त्यांच्या मागून मुकाट्याने जाऊ लागला.

ते दोघे एका चित्रपटगृहाजवळ आले.

"हे काय?" कालिदासाने कुतूहलाने प्रश्न केला.

"इथंच जायचंय आपल्याला! तुझ्या नाटकावरनं तयार केलेला मद्रदेशीय चित्रपट इथं सुरू आहे."

चित्रपटगृहाच्या इमारतीवर भलेमोठे भडक चित्र दिसत होते. त्या चित्रातली तरुणी कमीत कमी दोन-तीन मुलांची आई असावी! तिच्या कडेवर एक चिमुकली घागर होती. पण ती पाणी आणायला चालली आहे, असे काही त्या चित्रावरून वाटत नव्हते! तिच्या अनेक अवयवांना अकारण दिलेला उठाव...

कालिदासाने रुष्ट स्वराने विचारले,

"ही... ही बाई कोण?"

नारदमुनी हसत उत्तरले,

"अरे वेड्या, तुझी मानसकन्या तुला ओळखता येत नाही?"

मालवातल्या नवभागातले ते दोन निरागस डोळे कालिदासाला आठवले. आपल्या काळजात कुणीतरी तीव्र शस्त्र खुपसले आहे आणि तिथल्या रक्ताने हे समोरचे चित्र रंगविले आहे, असे त्याला वाटले.

दोघे आत गेले. चित्रपटगृह तुडुंब भरले होते. सारे प्रेक्षक पडद्यावर चाललेल्या नृत्यात गुंग होऊन गेले होते.

कालिदासाने प्रश्न केला,

"या कोण नाचताहेत?"

नारद हसत उत्तरले,

"आज झालंय तरी काय तुला असं? ही मधली तुझी शकुंतला! बाकीच्या तिच्या मैत्रिणी!"

"या अशा नाचताहेत कशासाठी?"

"शकुंतलेच्या विवाहाला कण्वाचा आशीर्वाद मिळाला, तेव्हा ती आनंदानं लाजली, असं तूच लिहिलं आहेस ना?"

"हो."

"त्यावेळी तिला झालेला आनंद व्यक्त करण्यासाठी दिग्दर्शकानं हे नृत्य घातलं आहे."

'कण्वमहर्षी आणि गौतमीआत्या यांना या नृत्यात दिग्दर्शकानं भाग घ्यायला

लावला नाही, हे माझं भाग्य!' असे कालिदासाच्या मनात आले.

तो नारदांना म्हणाला,

"मुनिवर्य, कण्वांनी आशीर्वाद दिला, त्यावेळी शकुंतलेनं काय केलं असेल, सांगू? ती धावत आपल्या आवडत्या हरिणीपाशी गेली असेल! तिच्या कानात तिनं हे गुपित सांगितलं असेल! ती धावत आपल्या लाडक्या वनज्योत्स्नेकडे गेली असेल. नुसत्या स्पर्शानं आपलं हे गुपित तिनं तिला सांगितलं असेल! छे छे छे! हे बघवत नाही मला. चला इथनं मुनिराज!"

ते एका सभागृहासमोर आले. दारात ठेवलेल्या फळ्यावर 'महाकवि कालिदास' अशी अक्षरे स्पष्ट दिसत होती. या सभागृहात आपल्या काव्य-नाटकांची चर्चा सुरू असावी, असा कालिदासाने तर्क केला. त्याच्या मनावर आलेले निराशेचे पटल दूर झाले.

ते सभागृहात गेले. कालिदासाने चोहीकडे पाहिले. पुढच्या रांगेत बसलेली आणि खूप नट्टापट्टा केलेली एक पुरंध्री चक्क झोपली होती! तिच्या घोरण्याच्या आवाजाने झोपमोड झाल्यामुळेच्च की काय, शेजारची 'बॉबकट' केलेली बाई तिच्याकडे डोळे वटारून पाहत होती. मागच्या रांगेतल्या दोन तरुण मुली किलबिलत विणकाम करीत होत्या. त्यांच्या शेजारीच एक म्हातारे गृहस्थ हातातल्या अंकातली नटीची चित्रे चविष्टपणाने पाहत होते. मधूनच ते खिशातून शेंगदाण्याचा पुडा काढीत आणि त्यातले चार-दोन दाणे तोंडात टाकीत.

व्यासपीठावर पगडी घातलेले एक गृहस्थ तावातावाने बोलत होते. अध्यक्ष म्हणून बसलेला मनुष्य शिकाऊ शिल्पकाराने बनविलेल्या पुतळ्यासारखा दिसत होता. 'मेघदूतातला रामगिरी नागपूरपाशीच आहे', असे वक्ते अट्टहासाने सांगत होते. त्यांनी रामगिरीहून अलकेकडे जाणाऱ्या मेघाच्या मार्गाचा नकाशा मागच्या भिंतीवर लावला. हातातल्या छडीने त्या नकाशावरले प्रत्येक स्थळ ते दाखवू लागले. आपल्या काव्याचा भूगोलाशी इतका निकट संबंध असेल, याची कालिदासाला आतापर्यंत कल्पना नव्हती. त्याच्या मनात आले, 'जे जे सुंदर आपण पाहिले, ते ते 'मेघदूता'त आणण्याचा आपण प्रयत्न केला... मेघाच्या मार्गाचा नकाशा काढून मग काही आपण 'मेघदूत' लिहायला बसलो नाही!'

पहिल्या गृहस्थांचे वक्तव्य संपताच दुसरे गृहस्थ टुणकन उडी मारून व्यासपीठावर आले. ते बोडके होते.

'रामगिरी नागपूरकडं नाही. भवभूति विदर्भात झाला, तसा कालिदासाचाही त्या भागाशी निकट संबंध होता, हे दाखविण्याकरिता पगडीवाले पंडित या बोटावरची थुंकी त्या बोटावर करीत आहेत!' असे त्यांनी सांगितले.

मेघ ज्या वाटेने अलकेकडे गेला, तिचा नकाशा त्यांनीही आणला होता. त्या मार्गक्रमणाचे वेळापत्रकही ते सांगू लागले.

'वकील खोटा साक्षीदार तयार करतो, त्याप्रमाणे पहिल्या पंडितांनी आपल्या नकाशात बनवाबनवी केली आहे.' असे त्यांनी ठासून विधान केले.

लगेच सभेच्या एका भागातून 'शेम, शेम' अशी आरोळी उठली. त्याबरोबर दुसऱ्या भागातून 'खाली बसा, खाली बसा' असा आरडाओरडा सुरू झाला. 'ब्रह्मदेव खाली आला, तरी सत्य खाली बसणार नाही!' असे वक्ते ओरडले. लगेच सभेत गोंधळ सुरू झाला. 'शांत व्हा, शांत व्हा' म्हणूनच चार-दोन लोक ओरडत होते. पण त्यांचे कुणी ऐकेना.

ठिणगीचे रूपांतर ज्वाळेत व्हावे आणि त्या ज्वाळेमुळे एखाद्या मोठ्या घराला आग लागावी, तशी सभेची स्थिती झाली. काही लोक व्यासपीठाकडे धावले, काही बाहेर जाऊ लागले. विणकाम करणाऱ्या मुली 'अय्या!', 'अगं बाई!' असे उद्‌गार काढीत पळत सुटल्या. पहिल्या रांगेत झोपलेल्या बाई डोळे उघडून 'सभा संपली का?' म्हणून विचारू लागल्या.

व्यासपीठावर दोन्ही पक्ष मुद्यावरून गुद्यावर आले होते. इतक्यात दारातून कुणीतरी बाहेर ओरडत गेले,

'पोलीस... पोलीस...!'

सभागृहातून बाहेर पडल्यावर कालिदास खिन्न स्वरात म्हणाला,

"मुनिराज, 'मेघदूता'च्या पायी मारामाऱ्या होतील, अशी पुसट शंका मला आली असती, तरी ते लिहिण्याचा मूर्खपणा मी केला नसता. या पाषाणपुरात, पाहिलं तेवढं पुष्कळ झालं. आता अवंतीला चला!"

नारद हसत उत्तरले,

"छे छे छे! ते शक्य नाही! अवंतीपेक्षाही या नगरात तुझं भव्य स्मारक होणार आहे म्हणे! त्या समितीची सभा आताच आहे. ती पाहिल्याशिवाय तू जाणार?"

दोघे नगराबाहेर पडले. लवकरच ते एका प्रशस्त बंगल्याजवळ आले. बंगल्याभोवती मोठी बाग होती. अंगठीत खडा चमकावा, तसा त्या बागेच्या मध्यभागी बंगला उठून दिसत होता!

कालिदासाने विचारले,

"हा प्रासाद कुणाचा?"

"मनमोहन मुंदडा यांचा बंगला आहे हा! 'कालिदास-स्मारक-समिती'चे अध्यक्ष आहेत ते!"

"शाकुंतल वाचलंय वाटतं त्यांनी?"

"छे छे! शेटजींना वाचायला वेळ कुठं आहे? त्यांना फक्त एक सुभाषित ठाऊक आहे – 'वेळ म्हणजे पैसा!'"

"मग ते..."

"केवळ लोकाग्रहास्तव ते या समितीचे अध्यक्ष झाले आहेत, म्हणजे त्यांच्याकडनं मोठी देणगी मिळेल, या आशेनं लोकांनी त्यांना अध्यक्ष केलं आहे!"

"हे श्रेष्ठी कसला व्यापार करतात?"

"सोन्यापासनं दालचिनीपर्यंत कसलाही! लढाईच्या काळात त्यांनी काळाबाजार केला. भरपूर पैसा मिळवला. त्या पैशाच्या बळावर सारे धंदे करतात ते! आता ज्या दिवाणखान्यात आपण जाणार आहोत, त्याच्याखाली शेटजींचं मोठं तळघर आहे."

"सोन्याचा मोठा साठा असेल तिथं."

"छे, तिथं फक्त पंचवीस कारकून असतात, ते खोटे हिशेब लिहिण्याचं काम...!"

बोलता बोलता दोघांनी दिवाणखान्यात प्रवेश केला. मध्यभागी सुटाबुटात खुर्चीवर बसलेले गुबगुबीत गृहस्थ मुंदडा शेटजी असावेत, हे कालिदासाने ताडले. त्यांच्या दोन्ही बाजूंना दहा-पंधरा मंडळी खुर्च्यांवर बसली होती. त्या सर्वांचे खाणे-पिणे चालले होते. ते पाहून कालिदास कुजबुजला,

"वाट चुकलात तुम्ही, मुनिराज! इथं सभा नाही आज!"

नारद हसून उत्तरले,

"अरे बाबा, खाणंपिणं हा आधुनिक सभा-संमेलनाचा फार महत्त्वाचा भाग आहे. काही सभांत तो शेवटी साजरा होतो. पण आज इथं भरतवाक्याची नांदी झालेली दिसतेय!"

लवकरच 'स्मारक-समिती'चे सर्व सभासद हातरुमालांनी तोंडे पुशीत कामासाठी सुसज्ज झाले!

अध्यक्ष मुंदडा शेटजी भाषण करण्याकरिता उठले. ते म्हणाले,

"मित्रहो, आपली समिती कशासाठी नेमली आहे, ते तुम्हा सर्वांना ठाऊक आहेच. कालिदास नावाचा एक फार मोठा कवी आपल्या देशात होऊन गेला, असं म्हणतात. (सभेत सौम्य हास्य) 'म्हणतात', असं मी म्हणालो, ते माणसानं नेहमी खरं बोलावं, म्हणून! महात्मा गांधींच्या पायांपाशी आम्ही सत्याचे धडे घेतले आहेत, (टाळ्या) हे आम्ही तुम्हाला सांगायला हवं, असं नाही. कालिदासाविषयी आम्हाला फार फार फार आदर आहे. त्याची सारी पुस्तकं सोनेरी बाईंडिंग करून आम्ही आमच्या कपाटात ठेवली आहेत." शेटजींनी मोठ्या अभिमानाने मागे वळून

एका सुंदर कपाटाकडे बोट दाखवले. मग खाकरून घसा साफ करीत ते बोलू लागले, "अमेरिकेला गेलेले आमचे थोरले सुपुत्र परत येऊन उद्योगधंदा पाहू लागले, म्हणजे आम्ही ही सारी पुस्तकं वाचणार आहोत. काशीहून शास्त्री बोलावून वाचणार आहोत. सारांश काय, कालिदास हा फार मोठ्ठा कवी आहे, इतका मोठ्ठा... इतका भयंकर मोठ्ठा..." शेटजींना पुढे काय बोलायचे, ते सुचेना. त्यांनी आपले दोन्ही हात उंच व दूर धरून कालिदासाचे मोठेपण श्रोत्यांना पटविण्याचा प्रयत्न केला.

त्यांच्या त्या अभिनयाकडे कालिदास केविलवाण्या मुद्रेने पाहू लागला.

शेटजी पुढे बोलू लागले,

"या फार मोठ्या कवीचं स्मारक इतर ठिकाणांप्रमाणं आपल्या शहरातही झालं पाहिजे. ते कोणत्या तऱ्हेचं असावं, हे आजच्या सभेत ठरवायचं आहे."

शेटजी खाली बसले. टाळ्या वाजल्या. मग जुना कोट आणि बिनइस्त्रीची गांधी टोपी घातलेला एक मध्यम वयाचा मनुष्य उठून म्हणाला,

"आपण किती पैसा जमवू शकू, ते आधी ठरवू या. मग..."

"खाली बसा, मास्तर!" त्या गृहस्थाच्या डाव्या बाजूला बसलेल्या धष्टपुष्ट माणसाने त्याच्या कोटाची बाही ओढीत म्हटले.

मास्तर मुकाट्याने खाली बसले.

कालिदासाने विचारले,

"मुनिवर्य, हा गलेलठ्ठ मनुष्य कोण?"

नारद उत्तरले,

"तो इथल्या पहिलवानांचा पुढारी आहे. त्याचं नाव बारीकराव तथा गुंडाप्पा तथा काकासाहेब!"

शेटजींच्या उजव्या हाताकडल्या पहिल्या खुर्चीवर बसलेल्या एक स्थूल बाई हळूहळू उठून बोलू लागल्या. त्या म्हणाल्या,

"एक अनाथाश्रम काढून या महाकवीचं स्मारक करावं, अशी माझी सूचना आहे."

बाईंची ही सूचना ऐकून तीन-चार खुर्च्या चुळबुळल्या. त्यात मास्तरांचीही खुर्ची होती, पण कुणीच काही बोलले नाही.

कालिदासाने कपाळाला हात लावून विचारले,

"या बाई कोण?"

"ती इथल्या एका श्रीमंत सासऱ्याची सून आहे. एका व्यसनी संस्थानिकाचा खासगी कारभारी होता तो!"

बाई पुढे बोलू लागल्या,

"अनाथाश्रमांची आज फार जरुरी आहे. आपल्या समाजात नीती उरलेली नाही, धर्म राहिलेला नाही, कुमारी माता आणि अनाथ बालकं यांच्या समस्या आ वासून आपल्यापुढं उभ्या आहेत. या विषयावरला आपल्या गावात पंचवीस आठवडे चाललेला चित्रपट मी रोज बघत होते. तुम्हीही तो खूप वेळा पाहिला असेल, तेव्हा अनाथाश्रमाचं महत्त्व सांगून मी तुमचा वेळ घेऊ इच्छीत नाही. माझ्या या सूचनेशी खुद्द कालिदासाचा संबंध आहे, हे विसरू नका. शाकुंतलाच्या कथानकाचा थोडा विचार करा. त्या नाटकात राजाला खुणेची अंगठी मिळते, ती केवळ योगायोगानं! ती मिळाली नसती तर? तर शकुंतला आणि तिचा मुलगा यांना जन्मभर एखाद्या अनाथाश्रमातच राहावं लागलं असतं!"

आपण मोठी तलवार मारली, असा भाव मुद्रेवर दर्शवीत बाई खाली बसल्या.

लगेच एक उंच धिप्पाड गृहस्थ ताडकन उठले. त्यांनी आपल्या करड्या मिशांचे आकडे विंचवाच्या शेपटीप्रमाणे वर वळविले होते. भरदार चेहरा आणि रुबाबदार पोशाख यावरून ते लष्करी अधिकारी असावेत, हे उघड दिसत होते. आपण बिगुल फुंकीत आहोत, अशा थाटात ते म्हणाले,

"शारदादेवीच्या सूचनेला माझा सक्त विरोध आहे. अनाथाश्रम काढणे म्हणजे अनीतीला उत्तेजन देण्यासारखं आहे. हा कालिदास कुठल्या तरी वेश्येच्या घरी मेला, असं मी कुठंतरी वाचलंय. ती दंतकथा असो नाही तर सत्यकथा असो, त्याच्या नावानं आपण जे स्मारक करणार, ते नीती आणि शिस्त यांना उत्तेजन देणारंच असलं पाहिजे. ज्या समाजात शिस्त नाही तो सुस्त होतो. (टाळ्या) आज आपल्या देशाच्या संरक्षणासाठी शूर जवानांची जरुरी आहे. म्हणून गोरगरिबांची बाळंतपणं शास्त्रोक्त पद्धतीनं झाली पाहिजेत. त्यांच्या मुलांना पौष्टिक खाणं मिळालं पाहिजे. ती मोठी झाली की, त्यांना लष्करी शिक्षण दिलं पाहिजे. यासाठी माझी अशी सूचना आहे की, आपल्या या सुंदर इतिहासप्रसिद्ध 'कालिदास मॅटर्निटी होम', 'कालिदास अन्नपूर्णागृह' आणि 'कालिदास मिलिटरी स्कूल' अशा तीन संस्था काढाव्यात."

गुंडाप्पांकडे भीत भीत पाहत मास्तर उठले आणि म्हणाले,

"प्रसूतिगृह ही गरिबांची आजकालची निकडीची गरज आहे. पण कालिदासाचं स्मारक म्हणून ते काढणं... हे... हे आपलं अगदीच हे होईल!"

ढगांच्या गडगडाटाशी स्पर्श करणारे हास्य करीत समशेरबहाद्दर उद्गारले,

"शाळेत काय शिकविता तुम्ही, मास्तर? कालिदासानं 'कुमारसंभव' म्हणून एक पुस्तक लिहिलं आहे, याचा पत्ता तरी आहे का तुम्हाला? मॅटर्निटी होममध्ये तरी दुसरं काय होतं? कुमारसंभव... फार झालं, तर कुमारीसंभव!"

आपल्या या कोटीवर खूश होऊन ते खदखदा हसू लागले.

गुंडाप्पा तथा काकासाहेब यांनी या तिमजली हसण्यात त्यांना साथ दिली.

मास्तर चिमणीएवढे तोंड करून खाली बसले.

'कालिदासानं रघुवंश लिहिला, म्हणून त्याच्या स्मारकादाखल नगराध्यक्ष पोटभरे यांच्या घराण्याचा इतिहास तयार करावा, अशी सूचना कुणी केली नाही, हे आपलं भाग्य!' असे ते मनात म्हणत होते.

स्मारकासंबंधीच्या आणखी काही सूचना सभेपुढे आल्या असत्या; पण मुंदडा शेटजी घड्याळाकडे पाहत उठले आणि म्हणाले,

"आमच्या 'न्यू सिगारेट कंपनी'ची वार्षिक सभा आहे आज, मला तिकडं जायचंय, तेव्हा पाच मिनिटात सभेचं काम आटपून टाकू!"

आता ही मंडळी आपले कसले स्मारक करतात, या आशंकेने कालिदास अस्वस्थ झाला. नारदांचा हात ओढून 'आपण बाहेर जाऊ या' असे त्याने सुचविले. पण मुनिराज जागेवरून हलेनात.

पुन्हा घड्याळाकडे पाहत शेटजी म्हणाले,

"बाकीचा विचार तुम्ही मंडळी सावकाश करा. आधी आकडे घ्या सर्वांचे. माझा आकडा पाचशे एक!"

शेटजींचा आकडा ऐकताच समितीचे बहुतेक सभासद एकमेकांकडे टकमक पाहू लागले. शेवटी संधिवात झालेल्या माणसासारखे मास्तर हळूहळू उठले. ते धीर करून म्हणाले,

"कालिदासाच्या स्मारकासाठी निदान... निदान लाख रुपये तरी लागतील! त्या मानानं हा आकडा अगदीच... अगदीच..." मग एक-दोन आवंढे गिळून ते म्हणाले, "शेटजींनी निदान पाच हजार तरी..."

शेटजी एकदम उसळले. हातवारे करीत मास्तरांना उद्देशून ते म्हणाले,

"पैसे काय झाडाला लागतात, मास्तर? तुमचं आपलं ठीक आहे. तुम्हाला इन्कम टॅक्स-बिनकम टॅक्स असली काही कटकट नाही, पण हे सरकारचे कर आम्हाला कसे कापून काढताहेत ते..."

शारदादेवी लगबगीने उठून म्हणाल्या,

"शेटजी म्हणतात, ते अगदी बरोबर आहे. या कूळकायद्यानं आमचं उत्पन्न इतकं कमी झालंय, की..."

बंदुकीतून गोळी सुटावी, तसे समशेरबहाद्दर उठले आणि म्हणाले,

"शारदादेवींना माझा पूर्ण पाठिंबा आहे. अहो, आमचं पेन्शनच आम्हाला पुरत नाही, अशी स्थिती आहे. मास्तर, ब्रँडीच्या बाटलीला बाजारात काय पडतं, हे ठाऊक आहे का?" जीभ चावीत ते एकदम खाली बसले.

बारीकराव तथा गुंडाप्पा डुलतडुलत उठले आणि म्हणाले,

"पैशाची कसली फिकीर करताय तुम्ही लोक? लाख रुपये मी एकटा जमवून देईन."

सारी मंडळी- त्यात शेटजीसुद्धा होते - आश्चर्याने त्यांच्याकडे पाहू लागली. या गुंडाप्पाला वेडबिड तर लागले नाही ना, अशी शंकाही दोघातिघांच्या मनात येऊन गेली.

सर्वांकडे वीरश्रीने पाहत गुंडाप्पा म्हणाले,

"कालिदासाचं स्मारक करा, नाही तर त्याच्या बापाचं करा! कुस्त्यांची दोन दणदणीत मैदानं केली, की लाख रुपये..."

नारदांचा हात धरून त्यांना बाहेर ओढून नेत कालिदास म्हणाला,

"चला, मुनिराज, लवकर चला."

"कुठं?"

"परत स्वर्गात..."

"म्हणजे? नव्या नाटकाची सामग्री मिळाली तुला?"

"मी स्वर्गात परत जातोय, तो नाटक लिहायला नाही."

"मग?"

"माझ्या एका मित्राचा शोध करून त्याला पृथ्वीवर आणायला."

"हा कोण बुवा, तुझा मित्र?"

"नाटककार मोलियर! तोच हे नवं नाटक चांगलं लिहील."

∎

आप्पासाहेबांना एकदम जाग आली. डोळे अर्धवट उघडून त्यांनी पाहिले. पायालगतच्या खिडकीतून काही काही दिसत नव्हते. बरीच रात्र असावी अजून!

आपण असे अचानक जागे कसे झालो, हे त्यांना कळेना. लगेच त्यांना वाटले, सावित्रीची क्षीण हाक गाढ झोपेत आपल्या कानी पडली असावी! तिला अनेकदा झोप येत नाही. मग काळोखाच्या पडद्यावर नाही नाही ती चित्रे तिला दिसू लागतात. त्या चित्रांची भीती वाटू लागली, म्हणजे ती हाक मारते. आपण घाईघाईने उठतो. तिच्याजवळ जातो. तिला घाम आला असला, तर तो पुसतो. तिचे मस्तक थोपटीत बसतो. मग तिला बरे वाटते. हळूहळू ती लहान मुलासारखी नकळत झोपी जाते.

विचारांच्या या तंद्रीतच आप्पासाहेब खाटेवरून उठले, थोडे पुढे आले. समोरच्या खोलीकडे त्यांनी पाहिले. तिथे रिकाम्या खाटेखाली एक दिवा मिणमिणत होता. तो विझून जाऊ नये म्हणून त्याच्यावर एक टोपली पालथी घातली होती. त्या दिव्याकडे दृष्टी जाताच आप्पासाहेबांचे अंग शहारले! छातीत खोल खोल कुणी

आस्तिक

तरी लाल दाभण खुपसल्यासारखे झाले. डोक्यात घणाचे घाव बसू लागले. त्यांना आवंढा गिळता येईना. दाराच्या आधाराने ते कसेबसे उभे राहिले.

त्यांचे डोके गरगर फिरू लागले. सावित्री या जगात आहे कुठे? ती तर चार दिवसांपूर्वीच आपला, मुलाबाळांचा, तिला आवडणाऱ्या मोगरीच्या फुलांचा आणि न आवडणाऱ्या कडू औषधांचा... साऱ्या साऱ्यांचा न बोलता निरोप घेऊन गेली! कुठे गेली ती? खरेच कुठे गेली सावित्री?

मोटारीला एकदम ब्रेक लावावा, तसे भावनेच्या आहारी जाणारे आपले मन आप्पासाहेबांनी आवरले. संध्याकाळी समाचाराला आलेली मंडळी सारखी सावित्रीविषयीच बोलत होती. त्यामुळे आपल्याला एखादे स्वप्न पडले असावे आणि त्या स्वप्नानेच आपल्याला जाग आली असावी, असे त्यांच्या मनात आले. खोलीकडे पाठ फिरवून ते समोरच्या खिडकीत ठेवलेल्या तांब्यातले फुलपात्रभर पाणी घटाघटा प्याले. मग

सावकाश अंथरुणावर येऊन पडले.

पण काही केल्या त्यांना झोप येईना! ते सारखे या कुशीवरून त्या कुशीवर होत होते. सावित्रीविषयीचा विचार करावयाचा नाही, असे ते मनाला पुन:पुन्हा बजावीत होते; पण त्यांचे मन एकसारखे तिच्या भोवतीच पिंगा घालीत होते. त्यांच्या मिटलेल्या डोळ्यांपुढे सावित्रीची एकेक आकृती प्रकट होत होती. क्षणभर ती स्पष्ट दिसे, मग ती नाहीशी होई. ही बोहल्यावर उभी राहिलेली लाजरी सावित्री, आत्ते-सासूच्या लागट शब्दांनी घायाळ होऊन रात्री आपल्या कुशीत ते दु:ख कुजबुजणारी ही सावित्री, सुखरूप सुटका झाल्यावर आपल्याकडे तृप्त नजरेने पाहणारी ही पहिलटकरीण सावित्री, तीन मुलगे झाल्यावर आता मुले पुरेत, असे आपण सुचविले, तेव्हा 'मला एक मुलगी हवी! मुलगे बापाचे, मुलगी आईची!' असे म्हणणारी ही धीट सावित्री, श्रावणातल्या ऊनपावसाप्रमाणे क्षणात मुलांवर रागावणारी, तर क्षणात त्यांची बाजू घेऊन आपल्याशी भांडणारी ही सावित्री, मुले मोठी होऊन पंख फुटलेल्या पाखरांप्रमाणे घराबाहेर गेल्यावर उदास झालेली ही सावित्री आणि कॅन्सरशी झगडा करीत करीत...

प्रत्येक आकृती कशी निराळी होती. अगदी स्पष्ट आणि रेखीव! एखाद्या कुशल चित्रकाराने काढावी, तशी! माणसाचे मन कुठल्या तरी गुप्त कपाटात असल्या चित्रांचा संग्रह करून ठेवीत असावे! त्याशिवाय का अपरात्री एकांतात हवी तेव्हा ही सारी चित्रे त्याला मिळतात?

सावित्रीच्या या आठवणींनी आप्पासाहेब अतिशय अस्वस्थ झाले. ते उठले. खिडकीपाशी जाऊन आकाशात पसरलेल्या चांदण्यांकडे पाहू लागले. एकेक चांदणी त्यांना दिव्यासारखी भासू लागली. खाटेखाली ठेवलेल्या दिव्यासारखी! त्यांनी वळून पाहिले. समोरच्या खोलीतल्या खाटेखाली दिवा मघासारखाच मिणमिणत होता.

आपल्या बावचळलेल्या मनाचे त्यांचे त्यांनाच हसू आले. समोरच्या दिव्याकडे ते पाहू लागले. त्यांचे मन म्हणत होते, असला दिवा ठेवल्याने का विझून गेलेली प्राणज्योत पुन्हा फुलते? छे, हे सारे थोतांड आहे. असल्या गोष्टींवर आपला काडीइतकाही विश्वास नाही. आपण साऱ्या मुलांना हे बजावून सांगितले होते; पण मुले पडली भित्री! जगरहाटीप्रमाणे त्यांनी दिवा तिथे ठेवलाच!

कळू लागल्यापासून विचारपूर्वक वाढविलेली आप्पासाहेबांची नास्तिक वृत्ती त्या दिव्याच्या दर्शनाने उफाळून उठली. उभ्या आयुष्यात आपण कधी देवावर विश्वास ठेवला नाही. सोयरसुतक पाळले नाही. मुलांच्या मुंजीसुद्धा केल्या नाहीत. जे बुद्धीला पटेल, तेच खरे आपण म्हणत गेलो. तसेच वागत गेलो. असे असून आज आपल्या घरात वेडगळ कल्पनांचे हे प्रदर्शन सुरू असावे,

याचा त्यांना राग आला. त्यांना वाटले, अस्से जावे, त्या दिव्यावरची टोपली दूर करावी आणि फुंकर घालून तो मालवून टाकावा. सकाळी कुणी विचारले, तर सांगावे, 'मी म्हातारा झालोय; पण माझी बुद्धी शाबूत आहे. असल्या मूर्खपणाच्या गोष्टी मी माझ्या घरात चालू देणार नाही. मी... मी मालविला तो दिवा! सावित्री आता कुठंही नाही, कुठंही नाही! या दिव्याचा तिला काही काही उपयोग नाही!'

खाटेखालचा दिवा मालवून टाकण्याची इच्छा आप्पासाहेबांच्या मनात प्रबळ झाली; पण ते जागच्या जागी खिळून राहिले. त्यांचे पाऊल पुढे पडेना. त्यांचा बुद्धिवाद तारस्वराने तो दिवा मालवायला सांगत होता, पण त्यांचे शरीर त्यांच्या ताब्यात नव्हते. आपल्या हातांना उगीच कंप सुटला आहे, असे त्यांना वाटले. ते मुकाट्याने अंथरुणावर येऊन पडले.

त्यांच्या डोळ्यांपुढून दुसराच चित्रपट सरकू लागला...

लहानपणी आपली धाकटी बहीण फार आजारी होती. तिच्यावर आपला किती जीव होता! हुमायुनाला आपले आयुष्य देणाऱ्या बाबराची गोष्ट त्यावेळी नुकतीच वाचली होती आपण. मध्यरात्री आपण हळूच उठलो. देवघरात गेलो. देवाची प्रार्थना केली. पण आपली बहीण त्या दुखण्यातून उठली नाही. त्या दिवशी देवावरला आपला विश्वास डळमळीत झाला.

मॅट्रिकच्या वर्गात आपण आगरकर वाचला, आपला डळमळीत झालेला विश्वास उन्मळून पडला. पुढे आपण कॉलेजात गेलो. त्यावेळी शॉ हे कॉलेजातल्या विद्यार्थ्यांचे दैवत होते. त्याच्या नाटकांच्या प्रस्तावनांनी आपल्याला वेड लावले. आपण खरेखुरे बुद्धिवादी झालो. कॉलेजमधल्या एका वादविवादात आपण निर्भयपणे नास्तिकतेचा पुरस्कार केला. अनेकांनी त्यावेळी आपली पाठ थोपटली.

पुढे वकील झाल्यावर आपण देवघरातून देवाचे उच्चाटन केले. देवघरात चांगली कपाटे करून घेतली. त्या कपाटांत पुस्तके ठेवली. सावित्रीला हे आवडले नाही. स्वयंपाकघराच्या एका कोपऱ्यात देवीची एक तसबीर तिने लावून ठेवली. ती रोज तिला गंधफुले वाहत असे. पण घरात श्राद्ध-पक्ष वगैरे सर्व आपण बंद करून टाकले. सावित्रीनेही कधी या गोष्टीचा हट्ट धरला नाही. असे असून घरातली सारी माणसे तिसऱ्या दिवशी तिची राख विधिपूर्वक सावडायला गेली. ती गेली, त्या जागी त्यांनी दिवा ठेवला.

असल्या गोष्टींवर आपला विश्वास नाही. असे असून हा खाटेखालचा दिवा विझविण्याचा धीर आपल्याला का होऊ नये? ही ज्योती सावित्रीची स्मृती आहे, म्हणून? खरंच, सावित्री किती सालस होती! तिच्यासारखी बायको लाभायला मोठे

भाग्य लागते. या जगात देव नाही! पण सावित्रीच्या ठिकाणी त्याचे दर्शन आपल्याला...

सावित्रीच्या सहवासातले अनेक क्षण आप्पासाहेबांना व्याकूळ करू लागले. त्या क्षणांतला मध केव्हाच संपून गेला होता, त्यांच्या आठवणी मात्र मधमाश्यांसारख्या मनाला दंश करीत होत्या! ते स्वत:शीच म्हणत होते,

'आयुष्यातला हा अध्याय संपला, असे समजून आपण सावित्रीच्या मृत्यूनंतर डोळ्यांतून टीपही गाळले नाही. पण आज... आज आपल्याला हे असं काय होतंय?'

आप्पासाहेबांना वाटले, असे उठावे, खोलीतला दिवा लावावा, फोटोतल्या सावित्रीला डोळे भरून पाहावे, तो फोटो घट्ट घट्ट उराशी धरावा, सावित्रीचे आवडते हिरवे लुगडे घ्यावे, त्याच्यावरून उगीच हात फिरवित बसावे!

आपले मन सैरभैर झाले आहे, हे त्यांच्या लक्षात आले. भावनेच्या आहारी जाऊन कोणत्याही गोष्टीचा विचार करायचा नाही, अशी त्यांनी आपल्या मनाला आयुष्यभर शिस्त लावून घेतली होती. ती शिस्त पाळणे आवश्यक होते.

भावना मन पोखरते. मग त्या मनात बिळे तयार होतात. त्या बिळांत नाना प्रकारच्या अंधश्रद्धा लपून बसतात. छे! असे दुबळे होऊन कसे चालेल? आपल्या मनाचे जहाज आजवर बुद्धिवादाच्या बंदरात नांगरून पडले होते! आजचे हे वादळ नेहमीपेक्षा मोठे असेल, म्हणून काय ते जहाज आपला नांगर सोडून लाटा नेतील तिकडे वाहत जाणार? छे, असे कधीही होणार नाही!

मोठ्या कष्टाने वारा प्यालेले आपले मन त्यांनी आवरले. कॉलेजातल्या त्या वादविवाद-सभेपर्यंत मागे खेचून नेले. त्या दिवशीच्या बारीक बारीक गोष्टी ते आठवू लागले. त्या जुन्या पराक्रमाच्या स्मृतीने त्यांच्या वृद्ध शरीराला गुदगुल्या झाल्या. बापू महात्मे हा त्या दिवशीचा त्यांचा प्रतिस्पर्धी होता. गोमंतकातून शिकायला आलेला. सोहिरोबांची भजने म्हणणारा. घरी सुट्टीत ज्ञानेश्वरी वाचून दाखविणारा. तो आस्तिक मंडळींचा प्रमुख पुरस्कर्ता होता. त्या दिवशी आपण त्याचा पराभव केला. त्याच्या मुद्यांची अशी टर उडविली आपण की, बापू बापजन्मात आपल्याशी बोलणार नाही, अशी सर्वांची खात्री झाली.

पण घडले, ते नेमके उलटे! दुसऱ्या दिवशी बापू आपल्या खोलीत आला. अभिनंदन करण्याकरिता! आपली पाठ थोपटीत तो म्हणाला,

'आप्पा, तू फार चांगलं बोललास काल. तू बोलत असताना मलासुद्धा वाटत होतं की, जगात देव नाही! पण एक गोष्ट लक्षात ठेव. आयुष्यातल्या असल्या कोड्यांचा उलगडा बुद्धीनं होत नाही, तो श्रद्धेनंच होतो!'

बापू अधिक काही बोलला नाही. जाताना एक पुस्तक भेट म्हणून देऊन गेला. तुकारामाच्या निवडक अभंगांचे पुस्तक होते ते! आपण त्यावेळी शॉच्या धुंदीत

होतो. ते पुस्तक चाळून तसेच ठेवून दिले आपण!

बापू पुढे संतवाङ्मयाचा अभ्यासक झाला. त्याने वऱ्हाडात वकिली सुरू केली. ती चांगली चालत होती. पण ह्या भित्र्या संताने पापाच्या भयाने फौजदारी कामे सोडून दिली. त्याची आणि आपली अधूनमधून गाठ पडे. त्याने एक संतवाङ्मयाचे मासिक काढले होते. त्याच्या प्रचाराकरिता तो एकदा आला. आपण पन्नास रुपये देऊन तहहयात वर्गणीदार झालो. पण 'कृपा करून तुझ्या मासिकाचे अंक माझ्याकडे पाठवू नकोस', असे त्याला बजावले.

पुढे एकदा त्याची मुंबईत भेट झाली. रेशमी कफनी घालून गुलगुलीत इंग्रजीत धार्मिक व्याख्याने देणारे एक गृहस्थ मुंबईला आले होते. महिनाभर त्यांची व्याख्याने व्हायची होती. ती ऐकायला वकिलीचे काम सोडून बापू मुद्दाम आला होता.

पुढे आपल्या मुला-मुलींच्या लग्नांची निमंत्रणे त्याला गेली. त्याच्या घरच्या कार्याची निमंत्रणे आपल्याला आली. पण कुणी कुणाकडे जाऊ-येऊ शकले नाही.

बापूने दिलेले ते पुस्तक कपाटात कुठेतरी असेल. ते काढून वाचले तर आपल्या मनाला विरंगुळा मिळेल काय? कॉलेजात बापू म्हणाला होता,

'असली कोडी बुद्धीनं उलगडत नाहीत, ती श्रद्धेनं सुटतात!'

हे खरे असेल का? त्याचा थोरला मुलगा मोटारच्या अपघातात गेला तेव्हा आपण त्याला सांत्वनपर पत्र पाठविले होते. त्याने उत्तरात लिहिले होते,

'ज्यानं दिलं होतं, तो घेऊन गेला. त्यात दुःख कसलं मानायचं? पांडुरंगाची मर्जी!'

हे लिहायला लागणारी मनाची शांती बापूने कशी मिळविली? भक्तीने? श्रद्धेने? तुकारामाच्या अभंगांनी?

बापू म्हणाला होता, ते खरे आहे. असली कोडी बुद्धीने उलगडत नाहीत. सावित्री कुठे गेली? का गेली? ती पुन्हा आपल्याला कधीच भेटणार नाही? कुठेही भेटणार नाही? असे का व्हावे?

मनात घुमणाऱ्या या वादळाने आप्पासाहेब अतिशय अस्वस्थ झाले. बुरुजा-बुरुजावर बुद्धिवादाच्या तोफा डागून आजपर्यंत झुंजत ठेवलेल्या आपल्या नास्तिकतेच्या किल्ल्याला खिंडार पडत आहे आणि त्या खिंडारातून शत्रू आत शिरत आहे, असे त्यांना वाटले.

ते ताडकन उठले. शॉ, नाही तर आगरकर आणावा आणि घटका, दोन घटका स्वस्थ वाचीत पडावे, म्हणजे आपल्या मनाची ही विचित्र विकलता दूर होईल, असे त्यांना वाटले. ते अंधारातच पुस्तकांच्या खोलीत गेले. तिथला दिवा लावून ते आगरकर शोधू लागले. शॉच्या प्रस्तावनांचे भलेमोठे पुस्तक त्यांना चटकन मिळाले; पण आगरकरांच्या निबंधांचे एकही पुस्तक सापडेना. ते

शोधू लागले. शोधता शोधता बापूने भेट म्हणून दिलेले ते तुकारामाच्या अभंगांचे पुस्तक एकदम त्यांच्या हाती आले.

आप्पासाहेबांनी ते पुस्तक नकळत उघडले. एका अभंगावरून त्यांची दृष्टी सहज फिरू लागली...

> घेई घेई, माझे वाचे। गोड नाम विठोबाचें।।
> डोळे, तुम्ही घ्या, रे, सुख। पाहा विठोबाचें मुख।।
> तुम्ही आइका, रे कान। माझ्या विठोबाचे गुण।।
> मना, तेथें धांव घेई। राहे विठोबाचे पायीं।।
> तुका म्हणे, जीवा। नको सोडूं या केशवा।।

या ओळी त्यांनी पुन:पुन्हा वाचल्या. त्यातला अनामिक सुगंध त्यांच्या अंतरात्म्यापर्यंत पोहोचला. त्यांचे मन क्षणभर पुलकित झाले. ते चकित दृष्टीने त्या अभंगाकडे पाहू लागले. तुकोबासारख्या संतांनी विठ्ठलावर एवढी श्रद्धा ठेवली, ती का? तुकारामाला विठ्ठल भेटला होता? त्याने त्याचे दुःख हलके केले होते? छे! तुकारामाचे चरित्र तर तसे काही सांगत नव्हते. ती दुष्काळात मेलेली त्याची पहिली बायको...

ते हातांतल्या पुस्तकाची पानामागून पाने उलटू लागले. अभंगांच्या ओळीमागून ओळी येत होत्या, जात होत्या. आकाशात मध्येच वीज चमकून जावी, तशी एकेक ओळ वाटत होती...

> 'वैराग्याच्या शेणी लागल्या शरीरा'

> 'तुवां केलें, रे, अमृता
> गोड त्याही तू परता'

> 'बीज भाजुनी केली लाही
> आम्हां जन्म-मरण नाही'

> 'कळवळ्याची जाती
> लाभाविण करी प्रीति'

> 'मोलें घातलें रडाया
> नाहीं आसूं नाहीं माया'

'जन हे सुखाचे दिल्या घेतल्याचे
अंत काळींचें हे नाहीं कोणी'

त्यांच्या तंद्रीचा एकदम भंग झाला. घरात कुणीतरी कुजबुजत आहे, असे त्यांना वाटले. अपरात्री आपण दिवा लावल्यामुळे घरात कुणी जागे झाले नसेल ना? कुणाला चोराबिराची शंका आली नसेल ना?

त्यांनी चटकन दिवा मालवला. तरी कुजबुजणे ऐकू येतच होते. पलीकडच्याच खोलीत कुणीतरी हळूहळू बोलत होते. त्यांच्या थोरल्या मुलाची खोली होती ती.

पाऊल न वाजविता ते त्या खोलीच्या दाराशी येऊन उभे राहिले. कान देऊन ऐकू लागले.

आत कुणीतरी खुदकन हसले!

ही...ही सूनबाई... ही सावित्रीची थोरली सून! तिकडे नदीवर ती राख होऊन पडली आहे आणि इकडे ही फिदीफिदी हसत आहे.

आपल्याच पुटपुटण्याचा आवाज त्यांना ऐकू आला,

'मोलें घातलें रडाया. नाहीं आसूं नाहीं माया.'

खोलीतून नाजूक शब्द ऐकू आला,

'इश्श!'

त्याच्या पाठोपाठ...

स्मृतीने फरफटत आप्पासाहेबांना तीस वर्षे मागे नेले. त्यावेळी हीच त्यांची झोपण्याची खोली होती. एखादे वेळी अपरात्री त्यांना जाग येई. मग कोर्टातली कामे डोक्यात थैमान घालू लागत. पलीकडे सावित्री शांतपणाने झोपलेली असे. तिची मुद्रा निष्पाप बालकासारखी दिसे!

एकदा ते असेच जागे झाले होते. कोर्टातला खटला आपण हरणार, असे त्यांना वाटत होते. ती रुखरुख त्यांना झोप येऊ देईना. या कोर्टातल्या भानगडी विसरण्याकरिता झोपलेल्या सावित्रीची ते चुंबने घेऊ लागले! ती दचकून जागी झाली. मग त्यांच्याकडे लटक्या रागाने पाहत म्हणाली,

'इश्श! जसं काही कालच लग्न झालंय स्वारीचं!'

आतून पुन्हा हसणे ऐकू आले. एकट्या सूनबाईचे नाही, दोघांचे!

संतापाची शिणक त्यांच्या अंगभर चमकत गेली. सावित्रीला जाऊन चार दिवससुद्धा झाले नाहीत अजून! इतक्यात तिचा मुलगा तिला विसरला?

आतले हसणे-खिदळणे त्यांना ऐकवेना. दुपारी हा मुलगा तिजोरी उघडून

काहीतरी करीत होता. आप्पासाहेबांनी त्याच्याकडे लक्ष दिले नव्हते. त्याला काही विचारले नव्हते. आता ते त्यांना आठवले.

दाराला कान देऊन ते ऐकू लागले. सून म्हणत होती,

'सासूबाईंच्या त्या पाटल्या मोडा, गोठ हवेत मला! परवा मुंबईला पाहिले, तसले! इश्श! ऐकून तरी घ्यावं आधी!'

रागाने थरथर कापत आप्पासाहेब आपल्या अंथरुणाकडे आले. गेल्या चार दिवसात हा मुलगा पाच मिनिटेसुद्धा त्यांच्याजवळ येऊन बसला नव्हता. सावित्रीबाई गेल्या त्या दिवशी रात्री त्यांचा डोळ्यांला डोळा लागला नाही. पण उभ्या रात्रीत त्यांची चौकशी करायला घरातले एक माणूससुद्धा त्यांच्याकडे फिरकले नाही. त्यांचे मन म्हणू लागले.

'सावित्रीच्या स्मृतीने आपण इतके बेचैन झालो आहोत, पण या घरात दुसऱ्या कुणाला तिची आठवण तरी होतेय का? निर्माल्य म्हणून फेकून दिलेल्या फुलासारखी ती... तीच काय? आपणसुद्धा तसेच झालो आहोत!'

मघाशी वाचलेल्या ओळी त्यांना आठवल्या,

'जन हे सुखाचे, दिल्या घेतल्याचे। अंत हे काळींचें नाहीं कोणी.'

आप्पासाहेब अतिशय अस्वस्थ झाले. आपल्या काळजात कुठेतरी खोल खोल एक भयंकर जखम झाली आहे आणि त्या जखमेवर फुंकर घालायलासुद्धा कोणी नाही, या कल्पनेने त्यांचे मन ग्रासून टाकले. आपल्याला सोडून सावित्री निघून गेली. या जगात आपण एकटे... अगदी एकटे... उरलो. एखाद्या ओसाड बेटावर भटकत राहणाऱ्या माणसासारखे आपले पुढले आयुष्य जाणार!

या विचाराने त्यांचे सारे अंग शहारले! मनाला शांती देणारे काहीतरी आपण शोधून काढायला हवे, असे त्यांना वाटू लागले. त्यांना पुन्हा बापूची आठवण झाली. बापू महात्मे! साऱ्या संतांनी बापूला सदैव शांत आणि हसतमुख ठेवले होते. त्याची वकिली बेताबाताचीच होती; पण एका पत्रातसुद्धा कधी त्याने त्यासंबंधी कुरकुर केली नाही. त्याच्या मानाने आपण पैसा मिळविला. तो मिळविताना खऱ्याखोट्याचा विधिनिषेध बाळगला नाही. पण तो ज्यांच्यासाठी मिळविला, त्यांना आपली आठवण तरी होत आहे का? हातातोंडाशी आलेला थोरला मुलगा गेला, तरी बापूचा धीर सुटला नाही. देवावरली श्रद्धा ढळली नाही! 'ज्यानं दिलं, त्यानं नेलं! पांडुरंगाची मर्जी!' हे त्याचे साधे सरळ तत्त्वज्ञान! आपण मात्र बुद्धिवादाचा आणि नास्तिकपणाचा नसता अभिमान मिरवित सारा जन्म काढला... आणि आज... आज सावित्री जाताच एखाद्या बेवारशी कुत्र्यासारखी आपल्या मनाची स्थिती झाली आहे!

ते अंथरुणावरून उठले. त्यांना वाटले, अस्से पुढचे दार उघडावे, ते लावून

घ्यायलासुद्धा मागे वळू नये, सरळ स्टेशन गाठावे आणि मिळेल त्या गाडीने बापूकडे निघून जावे!

ते पुन्हा खाली बसले. त्यांना वाटत होते, तापाने फणफणलेल्या माणसाच्या डोक्याला बर्फाची पिशवी ठेवतात, तसे काहीतरी आपल्या मनाला हवे! त्याशिवाय त्याची ही तगमग थांबायची नाही. या जगात देव नाही, म्हणून जन्मभर आपण छातीवर हात ठेवून ओरडत आलो. पण त्या छातीच्या आत हा जो वणवा पेटला आहे, तो...

बापूने ही मनाची शांती कशी मिळविली! मिळविता मुलगा गेला, तरी तो गडबडला नाही. त्याच्या श्रद्धेला तडा गेला नाही. काही झालेच नाही, असे मानून तो कर्तव्य करीत राहिला. त्याच्या त्या श्रद्धेचा थोडा ना थोडा तरी अंश आपण मिळवायला हवा! त्याशिवाय...

हातातल्या पुस्तकाची त्यांना एकदम आठवण झाली. त्यांनी उशालगतचा दिवा लावला. ते अभंगामागून अभंग वाचू लागले. उकाड्याने शिजणाऱ्या घरात कुठून तरी थंड वाऱ्याच्या झुळुका येऊ लागाव्यात, तसे त्यांना वाटले! वाचता वाचता त्यांचे मन एका प्रशांत जगात गेले.

कुठेतरी दूर कोंबडा आरवला. आप्पासाहेबांनी आपले वाचन थांबविले. पुस्तक उशाखाली ठेवून दिवा मालविला. अंथरुणावर अंग टाकता टाकता ते मनात बेत करू लागले,

'सावित्रीचे दिवस झाले की, आपण बापूकडे जाऊ. हे अभंग नुसते वाचून मनाला इतकी शांती मिळते; मग बापूसारख्या माणसाच्या तोंडून त्यांचे विवरण ऐकण्यात केवढा आनंद असेल!'

त्यांचा डोळा लागत होता. अर्धवट तंद्रीत त्यांच्या मनात आले,

'सावित्री गेल्याचं दुसऱ्या दिवशीच साऱ्या वर्तमानपत्रांत आलं. एका प्रसिद्ध वकिलाची बायको म्हणून सर्वांनी ती बातमी छापली. ती वाचल्याबरोबर बापूनं आपल्याला पत्र पाठवायला हवं होतं! अजून कसं बरं आलं नाही त्याचं पत्र?'

दुसऱ्याच क्षणी ते घोरू लागले!

आप्पासाहेब तुकारामाचे अभंग सकाळ-संध्याकाळ वाचू लागले. मात्र कुणी समाचाराला आले की, ते झटकन आपल्या हातांतले पुस्तक गादीखाली सरकवून ठेवीत! भेटायला आलेल्या माणसाने ते पाहिले, तर लगेच तो ही गोष्ट गावभर सांगत सुटेल आणि मग 'आप्पासाहेबांना आता देव आठवला वाटतं?' अशी लोक आपली थट्टा करू लागतील, अशी भीती त्यांना वाटे. किरकिरणाऱ्या मुलाला कुणीतरी पाळण्यात घालून झोके दिले, म्हणजे हळूहळू ते शांत होते. तुकारामाच्या

अभंगांनी आपल्या मनाला असेच शांत केले आहे, ते त्यांना कळत होते पण हे इतरांपाशी कबूल करायची त्यांना हिंमत नव्हती. त्यांच्या अश्रद्धेला सुरूंग लागला होता. ईश्वरावर विश्वास ठेवून सारे आयुष्य समाधानाने घालविणाऱ्या आणि 'पांडुरंगाची मर्जी' म्हणून मुलाच्या मरणाचा विषारी प्याला तोंडाला लावणाऱ्या बापूची त्यांना पदोपदी आठवण होत होती. त्याच्याकडे जायचा बेत ते मनात पक्का करीत होते. पण सुंभ जळला, तरी पीळ जात नव्हता. माणसाच्या ईश्वरावरल्या श्रद्धेत हास्यास्पद असे काही नाही, देव नसला, तरी तो माणसाने निर्माण करायला हवा, तरच या कठोर जगात त्याचा निभाव लागेल, असे विचार सारखे त्यांच्या मनात घोळत होते. पण हे सारे दुसऱ्यापाशी कबूल करायची मात्र त्यांची तयारी नव्हती.

जगरहाटीप्रमाणे सावित्रीबाईंचे क्रियाकर्मांतर सुरू झाले. आपल्याला त्याच्याशी काही कर्तव्य नाही, असे आप्पासाहेब वरवर भासवित होते. पण सावित्रीबाईंच्या पिंडाला कावळा चटकन शिवला. हे त्यांनी ऐकले, तेव्हा त्यांचे मन खट्टू झाले. त्यांना उगीच वाटत होते, कावळा पिंडाला लवकर शिवणार नाही. सावित्री काय आपल्याला इतक्यात विसरून जाईल? कावळा शिवण्याची वाट बघत मुले बसतील! शेवटी भटजी कंटाळून म्हणतील,

'काकूंची काहीतरी इच्छा राहिलेली दिसतेय!'

मग थोरला मुलगा हात जोडून म्हणेल,

'आई, आप्पांची अगदी काळजी करू नकोस. आम्ही सारी त्यांना सांभाळू. त्यांच्या आज्ञेत राहू.'

एवढे शब्द त्याच्या तोंडातून बाहेर पडताच कुठून तरी कावळा येईल आणि पिंडाला शिवून जाईल!

असे काहीतरी घडावे, असे आप्पासाहेबांना वाटत होते! पण ते घडले मात्र नाही!

त्या दिवशी रात्री कितीतरी वेळ याच गोष्टीचा विचार करीत ते अंथरुणावर या कुशीवरून त्या कुशीवर होत राहिले.

सावित्री आपल्याला अशी कशी विसरली? आपल्याला पावला-पावलाला तिची आठवण होते. पण...

शेवटी या विचित्र रुखरुखीने त्यांचे त्यांनाच हसू आले. आपला सारा बुद्धिवाद कुठे गेला? तुकारामाचे अभंग आवडणे किंवा विठ्ठलावरल्या त्याच्या श्रद्धेचे कौतुक वाटणे निराळे आणि कावळ्याच्या मध्यस्थीने मेलेले माणूस आपली इच्छा सांगते, या गोष्टीवर विश्वास ठेवणे निराळे!

सावित्रीबाईंचे दिवस यथासांग झाले. शेवटच्या दिवशी त्यांना आवडणारे

सुरेख हिरवे लुगडे सवाष्णीला द्यायचे सुनेने ठरविले. तसले एक लुगडे बाजारातून आणून पसंतीकरिता तिने ते आप्पासाहेबांच्या पुढे ठेवले. त्या लुगड्याची घडी हातांत घेताच त्यांचा कंठ दाटून आला. ते सावित्रीला पाहायला गेले होते, त्यावेळी ती असलेच लुगडे नेसली होती.

दिवसभर तारुण्याच्या उंबरठ्यावर उभी असलेली सावित्री आप्पासाहेबांच्या डोळ्यांपुढून हलली नाही. रात्री कितीतरी वेळ ते तुकाराम वाचीत बसले, तरी त्यांचे मन स्थिर होईना. हिरवे लुगडे नेसलेल्या सावित्रीची छाया त्यातल्या अभंगाअभंगावर पडू लागली. काही दिवस बापूकडे गेल्याशिवाय आपले हे विचित्र दु:ख खपली धरणार नाही, अशी त्यांची खात्री होऊन चुकली.

सावित्रीबाईंचे दिवस संपताच घरात तळण सुरू झाले. दिवाळी जवळ आली होती! त्या तळणाच्या वासाने आप्पासाहेब अधिक अधिक अस्वस्थ होऊ लागले. लग्न झाल्यापासून बलिप्रतिपदेला त्यांना ओवाळायला सावित्रीबाई कधीच चुकल्या नव्हत्या. गतवर्षी उपचारासाठी त्यांना मुंबईला न्यायचे होते. महिनाभर इस्पितळात राहायला हवे होते. पण दिवाळीपूर्वी त्या मुंबईला जायला तयार होईनात. घरी दिवाळी करून मगच त्या गेल्या. उठवत नव्हते, तरी दिवाळीतल्या पाडव्यादिवशी उठल्या. नेहमीप्रमाणे आप्पासाहेबांना कुंकू लावून त्यांनी ओवाळले.

गतवर्षीच्या त्या ओवाळणीचे चित्र आप्पासाहेबांच्या डोळ्यांपुढे मूर्तिमंत उभे राहिले! त्यांचे व्याकूळ झालेले मन म्हणत होते,

'तिची ती शेवटची ओवाळणी आहे, हे कळले असते तर?'

या दिवाळीला सावित्री नाही. दिवाळीत आपण इथे राहिलो, तर घर आपल्याला खायला येईल. त्यापेक्षा उद्याच्या उद्या बापूकडे जायला निघावे. बापूला आज तशी तार करावी का? छे! तार केली, तर या भेटीतली सारी गंमत नाहीशी होईल. तार हवी कशाला? त्याचा पत्ता आपल्याला पाठ आहे. अकोला स्टेशनवर उतरायचे नि तिथून तीस-चाळीस मैल पुढे जायचे, आहे काय त्यात?

थोरली सून त्यांचा तिसऱ्या प्रहरचा चहा घेऊन आली, तेव्हा ते याच विचारात मग्न होते. त्यांनी तिच्याकडे पाहिले, तिच्या हातांत नवे गोठ चमकत होते. आप्पासाहेब त्या गोठांकडे टक लावून पाहू लागले. सुनेच्या ते लक्षात आले. तिचा हात कापू लागला! पेल्यातला थोडा चहा बशीत सांडला.

आप्पासाहेबांच्या मनात आले,

थोरल्या मुलाला ओरडून हाक मारावी नि 'तुझ्या आईच्या पाटल्या घेऊन ये', म्हणून सांगावे! मग या नवराबायकोंचे चेहरे पाहण्यासारखे होतील! छे छे छे! हा संसार नाही, लुच्च्यांचा बाजार आहे!

पण त्यांच्या तोंडातून रागाचा शब्द बाहेर पडायच्या आधीच त्यांची दृष्टी जवळ पडलेल्या तुकारामाच्या पुस्तकावर गेली! उधळलेल्या घोड्याचा लगाम एखाद्या अदृश्य हाताने आवरावा, तसे झाले! सारा राग त्यांनी आतल्या आत गिळला. मग सुनेकडे वळून तिच्या हातातला पेला घेतला. चहाचे दोन-तीन घोट घेऊन ते म्हणाले,

"हे बघ सूनबाई, चार दिवस एखाद्या मित्राकडं जाऊन यावं, म्हणतो मी."

"दिवाळी झाल्यावर गेलं, तर नाही का चालणार?"

"इथं सारखी सावित्रीची आठवण येते, बघ. थारेपालट केल्याशिवाय मला विसर पडायचा नाही तिचा."

अकोला स्टेशनवर आप्पासाहेब उतरले, ते अगदी अवेळी. त्यांच्या गाडीचे इंजीन मधेच बिघडले. त्यामुळे ती चार-पाच तास उशिरा पोहोचली. या लांबच्या प्रवासाने त्यांचे अंग अगदी आंबून गेले होते. बापूच्या गावी पोहोचायला रात्र होणार, हे उघड दिसत होते. पण एकदा मुक्कामाला जाऊन पडणे जरूर होते.

त्यांची बस चांगला काळोख पडल्यावर पोहोचली. आप्पासाहेब उतरले. आपले सामान त्यांनी हातात घेतले. दरदाम न ठरविता ते समोरच्या टांग्यात बसले. आत बसल्यावर टांगेवाल्याला म्हणाले,

"महात्मे वकील माहीत आहेत?"

"हां, साहेब..."

"त्यांच्या घरी चल."

"कुणाकडं जायचंय आपल्याला साहेब?"

"महात्मे वकील म्हणून सांगतोय ना तुला? बापूसाहेब महात्मे! त्यांच्या घरी घे टांगा."

'तिथं दुसरी माणसं राहतात साहेब!"

"म्हणजे?"

"आमच्या गल्लीत राहायला आलेत तुमचे वकील!"

या टांगेवाल्याच्या गल्लीत बापू राहायला गेला आहे? त्याच्या शब्दांवर आप्पासाहेबांचा विश्वास बसेना.

गावातले स्वतःचे घर सोडून भिकार वस्तीत बापू कशाला राहायला गेला असेल? इथं काहीतरी समजुतीचा घोटाळा दिसतोय! गावात दोन महात्मे वकील तर नाहीत ना?

आप्पासाहेब अगदी थकून गेले होते. टांगेवाल्याशी हुज्जत घालायची इच्छा असली, तरी त्यांना शक्ती नव्हती. ते म्हणाले,

"बापूसाहेब महात्म्यांकडं जायचंय मला. उगीच भलतीकडं नेलंस, तर पै

मिळणार नाही!''

गरीब वस्तीतल्या एका बैठ्या घरापाशी टांगा थांबला. आप्पासाहेब उतरले. त्यांनी दार ठोठावले. एका तरुण विधवेने ते उघडले. आप्पासाहेबांनी विचारले,

"बापूसाहेब महात्मे इथंच राहतात ना?"

"हो."

"मी मिरजेचा आप्पा फडणीस. बापूचा जुना मित्र. मुद्दाम त्याला भेटायला आलोय!"

एवढे बोलून आप्पासाहेब टांग्याकडे गेले. टांगेवाल्याचे भाडे चुकते करून आणि हातात आपली बॅग घेऊन ते घरात आले.

घर फार जुने दिसत होते. विजेच्या प्रकाशात ओसरीचा रंग उडालेल्या भिंती अगदी भकास वाटत होत्या. ती विधवा मधल्या दारात उभी होती. ती बापूची थोरली सून असावी, हे आप्पासाहेबांनी ओळखले. त्यांनी विचारले.

"बापू कुठं बाहेर गेलाय, वाटतं?"

"नाही."

"मग अजून बाहेर कसा आला नाही तो? विसरून गेला की काय मला? बापू, अरे बापू..."

"हाका मारून यायचे नाहीत ते."

"म्हणजे? तो घरात आहे ना?"

'आहेत.'

"फार आजारी आहे?"

"हं."

"काय होतंय...?"

किंचित थांबून, मग आवंढा गिळून मोठ्या कष्टाने ती म्हणाली,

"डोकं फिरल्यासारखं झालंय! कोंडून ठेवावं लागतं त्यांना. मी आधी चहा देते आणून. मग मामंजींच्या खोलीत जाऊ."

ती आत निघून गेली, आपण पाहत आहोत, ते एखादे भयंकर स्वप्न तर नाही ना, असा विचार आप्पासाहेबांच्या मनात येऊन गेला.

बापूचे डोके फिरले? शांत, समाधानी, हसतमुख बापूचे डोके फिरले? तो आपल्याला ओळखील की नाही? त्याने ओळखले नाही तर? तुकारामाच्या अभंगांचे त्याने आपल्याला दिलेले ते पुस्तक त्याला दाखवावे. म्हणजे आपली ओळख त्याला पटेल.

आवर्जून बरोबर घेतलेले ते पुस्तक आप्पासाहेबांनी बॅगेतून बाहेर काढले. बापूंची सून चहा घेऊन आली. तो धुरकटला होता. असला चहा पिण्याची

त्यांना सवय नव्हती. घरात एक मूल भोकाड काढून रडत होते. कुणीतरी बाई कचकचत होती. ते सारे ऐकत त्यांनी तो चहा घशाखाली ढकलला. मग ते उठले. बापूच्या सुनेच्या मागून जाऊ लागले.

दोघेही मागच्या दारी आली. तिथे एक लहान खोली होती. सुनेने त्या खोलीची कडी काढली. आतले बटण दाबले. खोलीत एकदम लख्ख उजेड पडला. कोपऱ्यात गुडघ्यात मान घालून बसलेली बापूची कृश आकृती आप्पासाहेबांना दिसली.

रुद्ध कंठाने त्यांनी हाक मारली,

"बापू!"

त्या आकृतीने वर पाहिले. किती शून्य दृष्टी होती तिची! लगेच ती आकृती आपल्या हाताची बोटे मोजू लागली! बापूने आपल्याला ओळखले नाही, हे आप्पासाहेबांच्या लक्षात आले,

सून पुढे झाली आणि मायाळू स्वराने म्हणाली,

"मामंजी!"

त्या आकृतीने पुन्हा वर पाहिले.

सून म्हणाली,

"हे आप्पासाहेब फडणीस आलेत तुम्हाला भेटायला... मिरजेचे आप्पासाहेब फडणीस!"

बापू भकास नजरेने नुसता पाहत आहे, असे पाहून आप्पासाहेब पुढे झाले. त्या आकृतीच्या जवळ जाऊन वाकून त्यांनी विचारले,

"बापू! मला ओळखलंस?"

बापूंनी होकारार्थी मान हलविली. आप्पासाहेबांच्या मनात आशा उत्पन्न झाली. त्यांनी विचारले,

"कोण मी?"

"दगड! दगड आहेस तू. शुद्ध दगड आहेस!" बापू ओरडले. लगेच ते तिरीमिरीने उठले आणि आप्पासाहेबांना खोलीबाहेर ढकलण्याचा प्रयत्न करीत म्हणाले, "चालता हो... चालता हो तू इथनं. काय काम आहे तुझं या देवळात? माझं घर तू उपटलंस! माझी पोरगी तू पळविलीस!"

बापू एकदम बोलायचे थांबले. ते मटकन खाली बसले. मग गुडघ्यांत मान घालून मोठमोठे हुंदके देऊ लागले.

"काय म्हणतोय हा?" आप्पासाहेबांनी सुन्न होऊन सुनेला विचारले.

डोळ्यांत उभे राहणारे पाणी पदराने पुशीत ती म्हणाली,

"काय सांगू आमची कर्मकहाणी? आधी माझं कपाळ फुटलं! पुढं धाकट्या भावोजींना सिनेमाचा नाद लागला. चित्र काढायला त्यांनी घर गहाण ठेवलं, ते

गेलं. धाकट्या वन्संही भावाच्या नादानं हाताबाहेर गेल्या. एका दारुड्याचा हात धरून त्या निघून गेल्या. त्याच रात्री मामंजींचं मन सैरभैर झालं.''

तिला पुढे बोलवेना. आप्पासाहेबांना ऐकवेना.

गुडघ्यात मान घालून हुंदके देणाऱ्या बापूपाशी ते जाऊन बसले. त्याच्या पाठीवरून हात फिरवित ते म्हणाले,

''अरे बापू, एवढा शहाणा तू! साऱ्या संतांचा दोस्त! आमच्यासारख्यांना तू शहाणपण शिकवायचं! ते सोडून तूच असा बसलास, तर आम्ही काय करावं? ओळखलंस का मला? ते कॉलेजातले दिवस आठवतात का तुला?''

बापूंनी होकारार्थी मान हलविली. अंधारात कुठेतरी मंद पणती दिसावी, तशी एक चमक आता त्यांच्या शून्य डोळ्यांत दिसू लागली.

आप्पासाहेबांनी विचारले,

''कोण मी?''

त्यांच्याकडे रोखून पाहत आणि भुवया उंचावून कपाळाला आठ्या घालीत बापू म्हणाले,

''तू... तू आप्पा... आप्पा फडणीस!''

आप्पासाहेबांचा चेहरा आनंदाने फुलला. ते बापूचा खांदा थोपटीत म्हणाले,

''अरे बाबा, दु:खाचं दु:ख करून या जगात कसं चालेल? जो देतो तो नेतो! माझी बायको गेली परवा! काय करणार? पांडुरंगाची मर्जी!''

''पांडुरंग? कुठला पांडुरंग?'' बापूंनी कर्कश स्वराने विचारले.

हातातले तुकारामाच्या अभंगांचे पुस्तक पुढे करीत आप्पासाहेब म्हणाले,

''हे तू मला कॉलेजात दिलं होतंस. ते देताना जगातली कोडी बुद्धीनं सुटत नाहीत, असा उपदेश केला होतास! किती खरा आहे तो! या तुझ्या पुस्तकानं परवाच्या माझ्या दु:खात मला फार धीर दिला. तुकोबांचा हा अभंग बघ... हा अभंग बघ... या साऱ्या अभंगांनी मला नास्तिकाचा आस्तिक केलं.''

बापूंनी ते पुस्तक आप्पासाहेबांच्या हातातून हिसकावून घेतले. त्यातले एकेक पान टराटरा फाडीत आणि आपल्या शून्य डोळ्यांनी आप्पासाहेबांकडे पाहत ते म्हणाले,

''अरे पांड्या! तू फसविलंस मला! माझं घर तू लुटलंस! माझी पोरगी तू पळविलीस! चल चालता हो इथनं!''

आप्पासाहेब मुकाट्याने खाली मान घालून खोलीबाहेर पडले. ∎

अंधारकोठडीचे प्रचंड दार गुरगुरले. कचाकचा बोलणारे आणि कराकरा अंग खाजविणारे सारे कैदी एकदम स्तब्ध झाले.

काळोखाचा भलामोठा दरवाजा किलकिला झाला. काळ्या कुळकुळीत राक्षसाने एक जांभई द्यावी आणि त्याचे पुढचे चार-दोन दात दिसावेत, तसे अंधूक प्रकाशकिरण त्या अंधारकोठडीत आले.

सर्वांनी डोळे फाडून कोण आले आहे ते पाहण्याचा प्रयत्न केला; पण त्यांना काही स्पष्ट दिसेना.

या अंधारकोठडीत येणारे माणूस... येणारे कसले? ढकलले जाणारे माणूस... मोठ्याने गळा काढून रडते, अधिकाऱ्याच्या चाबकाचे चार-दोन फटकारे खाते, मग दोन्ही हातांनी तोंड झाकून आत येऊन स्फुंदत पडते आणि शेवटी झोपेतच कुंभकर्णाने जबडा मिटावा, तसे ते दार बंद होते, असा आजपर्यंतचा अनुभव होता.

पण आज काही निराळाच रंग दिसत होता. आत आलेले माणूस स्त्री आहे

मुक्ती

की पुरुष आहे हे नीटसे दिसत नव्हते. पण ते शांतपणे आत आले होते. त्या माणसाचे खणखणीत शब्द ऐकू आले, तेव्हा तो पुरुष आहे, हे सर्वांना कळले. तो म्हणत होता,

"अधिकारी महाशय, मी फार फार आभारी आहे आपला. राजवाडा हा माणुसकीचा तुरुंग होऊ शकतो, तसा तुरुंग हा माणुसकीचा राजवाडा होऊ शकेल. या बंधुभगिनींच्या सहवासात राहण्याची संधी तुम्ही मला दिलीत, याबद्दल मी तुमचा ऋणी आहे. माणसाचा विजय असो."

आत येणाऱ्या कैद्याकडून असले विचित्र शब्द कधीच ऐकले नव्हते. सारे कैदी चपापले.

दरवाजा कुरकुरत बंद झाला. काही वेळ त्या अंधारकोठडीत विचित्र स्तब्धता पसरली. मग कोपऱ्यातून एक चिरका, म्हातारा आवाज आला,

“अहो पाहुणे, नाव काय तुमचं?”

“आनंद!”

अनेक लोक भेसूरपणाने हसले.

मग एक म्हातारा म्हणाला,

“इथे कशाला आलास? मरायला? इथं डोळ्यांनी नुसता काळोख पीत बसावं लागतं. हातांना डास मारण्याशिवाय दुसरं काम मिळत नाही. स्वत:चीच घाण येऊ लागते इथं माणसाला! आपल्याशिवाय सारी सारी माणसं मरून जावीत, म्हणजे या काळोखात शतपावली तरी करायला मिळेल, असं मनात येतं! इथं प्रत्येक जण दुसऱ्याचा शत्रू आहे!”

आनंद शांतपणे उत्तरला,

“खोटं आहे हे.”

म्हातारा संतापून ओरडला,

“कशावरनं?”

“मी इथं आलोय, तो सर्वांचा मित्र म्हणून!”

“बरोबर!” एका कोपऱ्यातून एक कोमल आवाज आला. त्या आवाजात बालकाच्या पायांतल्या घुंगरवाळ्याचे संगीत आहे, असे आनंदाला वाटले.

“बरोबर!” दुसऱ्या कोपऱ्यातून दुसरा आवाज आला. त्या आवाजात गोठ्याकडे धाव घेणाऱ्या गाईच्या गळ्यातल्या घंटांची गोड किणकिण आहे, असा आनंदाला भास झाला.

“बरोबर!” तिसऱ्या कोपऱ्यातून तिसरा आवाज आला. त्या आवाजात आपल्या कळसाने स्वर्गाला स्पर्श करणाऱ्या देवालयातल्या घंटानादाचे गांभीर्य आहे, असे आनंदाच्या मनात आले.

तो उत्सुकतेने काळोखात पाहू लागला. ऐकू लागला. पण या तीन आवाजांना कुणीच साथ दिली नाही. कण्हण्याचे, अंग कराकरा खाजविण्याचे आणि ‘अरे देवा!’ अशा अस्फुट उद्‌गारांचे विचित्र ध्वनी एकमेकांत मिसळत होते; पण माणसाचा जिवंत शब्द कुठेही ऐकू येत नव्हता.

काळोखात थोडेसे दिसू लागले. आनंद एकदम हर्षभराने ओरडला,

“सापडला! सापडला!”

“काय?” कोपऱ्यातल्या चिडक्या म्हाताऱ्याने विचारले.

“मार्ग!”

“कसला?”

“सुटकेचा!”

लगबगीने अनेक जण उठले आणि ओरडले,

“दार उघडलं?”

दुसऱ्याच क्षणी त्यांचे हताश शब्द ऐकू आले,

“छे! दरवाजा तर बंद आहे!”

आनंद शांतपणे म्हणाला,

“इथं मध्यभागी केवढा उंच भक्कम खांब आहे! तो पाहिलात का?”

“ठाऊक आहे तो आम्हाला!” म्हातारा चडफडला. “हजारदा डोकं आपटलंय आमचं त्याला!” अनेकजण पुटपुटले.

आनंदने हसून विचारले,

“तुमच्यापैकी कुणी या खांबावर चढलाय का?”

“चढून काय करायचंय कपाळ? काळोखाखेरीज दुसरं काय आहे या कोठडीत?”

आनंद काही बोलला नाही. तो खांबाजवळ गेला. दोन्ही हातांनी तो खांब कवटाळून तो सरसर वर चढू लागला. त्याचे चढणे सर्वांना जाणवत होते. प्रत्येकजण आ वासून पाहत होता.

चढता चढता आनंदाला धाप लागली. तो मध्येच थांबला. खाली कुजबुज सुरू झाली–

“आता खाली पडणार हा! याचा चेंदामेंदा होणार! चला, पळा, कोपऱ्यात चला! नाहीतर हा आपल्याच अंगावर पडेल!”

आनंद पुन्हा वर चढू लागला. वर... अगदी वर तो गेला. त्याच्या आकृतीचा अंधूक ठिपकासुद्धा दिसेनासा झाला होता. एकदम वरून त्याचा विजयी सूर ऐकू आला,

“तो पाहा, तो पाहा... त्या कोपऱ्यात प्रकाश दिसतोय!”

खालचे बहुतेक कैदी हसले. त्यांना कुठेच काही दिसत नव्हते.

आनंदाचा पुन्हा आवाज ऐकू आला,

“या खांबाला दोर बांधलाय एक!”

“तो दोर नसेल! साप असेल! अरे मूर्खा, संभाळ, सांभाळ. नाही तर फुकट मरशील!” खालून अनेक आवाज आले.

तो दोर घट्ट धरून आनंदाने शिताफीने मोठा झोका घेतला. त्याबरोबर तो एका झरोक्यापाशी गेला. झरोका खूप मोठा होता. त्याला फक्त एक गज होता. आनंदाने तो अचूक पकडला.

सर्व आश्चर्याने मान वर करून पाहत होते. पण त्यांना काही काही दिसत नव्हते.

आनंद वरून लहान मुलासारखा ओरडला,

“वा! काय मौज आहे इथं! आकाशाचं हे सुंदर निळं अंगण, त्यात

पानापानांवर चाललेलं हे प्रकाशाचं नर्तन.''

"खोटं बोलतोय हा! थापा मारतोय लोकांना!'' खालून आवाज आले.

आनंद वरून म्हणाला,

"नाही... नाही. हे निळं आकाश खरं आहे! हा शुभ्र प्रकाश खरा आहे! चढा... त्या खांबावर चढा... तो दोर घ्या... झोका घेऊन इकडं या... ही पाखरं पाहा कशी मजेनं...''

कोपऱ्यातून कुणीतरी त्या खांबाकडे धावले. सारे कैदी ओरडले,

"अरे, पकडा त्या वेडीला! धरा, धरा तिला. दिवसभर गाणी म्हणत बसते नुसती! तिला काय चढता येणार?''

खांबाजवळून घुंगुरवाळ्याच्या गोड नादासारखे शब्द आले,

"आनंद म्हणतो, ते खरं आहे. बाहेर आकाशाचं सुंदर घर आहे. ते पाहा... ते पाहा त्याचं निळं छप्पर! ती पाहा त्याची प्रकाशाची दारं! ती... ती त्या दारातल्या कुंड्यांतली फुलझाडं!''

"गप बैस, गाढवे!'' खांबाजवळचे चार-पाच जण तिला खसकन मागे ओढीत म्हणाले.

पलीकडच्या कोपऱ्यातून गाईच्या गळ्यातील घंटांसारखा आवाज ऐकू येऊ लागला,

"सोडा... सोडा तिला! ती वेडी नाही. खरे वेडे आहात तुम्ही! ज्याच्या अंतरंगात प्रकाश नाही, त्याला बाहेरचा प्रकाश कसा खरा वाटणार?''

पाच-सहा जण ओरडू लागले,

"या दाढीवाल्याचं तोंड आधी बंद करा! सारखा बडबडत असतो नुसता! त्या बडबडीतलं एक अक्षर कळत नाही आम्हाला! आत्म्याची हाक, आतला प्रकाश, अनंताची तहान...'' कुणीतरी खो खो हसत म्हणाले, "त्या वेडीशी लग्न लावून द्या याचं! चांगला जोडा जमेल दोघांचा!''

समोरच्या कोपऱ्यातून देवळातल्या घंटानादासारखा गंभीर आवाज आला,

"तो वेडा नाही! वेडे आहात तुम्ही! तो नसता, तर आपलं इथलं जिणं अगदी असह्य झालं असतं! चला... खांबावर चढा... दोर पकडा. त्या झरोक्यातून आपण बाहेर पडलो तर कसलीही भीती बाळगण्याचं आपल्याला कारण नाही. आपण चंद्रावर जाऊ... आपण शुक्रावर जाऊ! आपण अशा ठिकाणी जाऊ की, जिथं कुठल्याही हुकूमशहाची लहर आपल्याला स्पर्श करू शकणार नाही.''

"हा तर सातवेडा दिसतोय!'' सातमजली हास्याच्या खळखळाटात अनेक कैद्यांचा अभिप्राय ऐकू आला.

इतक्यात अंधारकोठडीचा दरवाजा खाडकन उघडला. तो पहिल्यांदाच

पूर्णपणे उघडला! स्वच्छ झऱ्याच्या पाण्यासारखा प्रकाश आत पाझरू लागला!

दारात उभा असलेला अधिकारी मोठ्याने म्हणाला,

"मी तुम्हाला आनंदाची वार्ता सांगायला आलो आहे. महाराजांची तुमच्यावर अवकृपा झाली होती! तुम्हा सर्वांचा शिरच्छेद करायचं त्यांनी ठरविलं होतं; पण आता त्यांना तुमची दया आली आहे! तुमच्यापैकी फक्त एका मनुष्यानं बळी जाण्याकरिता पुढं यावं! तेवढ्यानं महाराजांचं समाधान होईल. जो पुढं येईल, त्याला मी ताब्यात घेईन आणि बाकीच्यांना मुक्त करीन!"

"मुक्ती! मुक्ती! मी मुक्त होणार! मी मुक्त होणार!" या शब्दांनी अंधारकोठडी निनादित झाली. काही कैदी नाचू लागले. काही गाऊ लागले!

म्हातारा कैदी ओरडून अधिकाऱ्याला म्हणाला,

"तो... तो वर झरोक्यात जाऊन बसलेला वेडा बघा, त्याला घेऊन चला तुम्ही!"

"त्याला नको, मला न्या!" घुंगुरवाळ्यासारखा आवाज झाला.

"त्याला नेऊ नका, मी येतो... मी येतो!" गाईच्या गळ्यातील घंटांसारखा आवाज आला.

"मी यायला तयार आहे. एका पायावर तयार आहे!" देवळातल्या घंटानादासारखा आवाज आला.

क्षणभर विलक्षण शांतता पसरली. सृष्टी निर्माण होण्यापूर्वी असावी, तशी!

अधिकारी म्हणाला,

"हे तिघे नि तो वर झरोक्यात बसलेला चौथा यांनी माझ्याबरोबर बाहेर यावं. फक्त या चौघांना मी मुक्त करीत आहे."

"म्हणजे?" अनेक रडक्या आवाजांत एकच शब्द ऐकू आला.

"महाराजांचा तसा हुकूम आहे!"

■

तमसेचे पाणी खळखळत वाहत होते. जणू ती गात होती. महाकवी वाल्मीकींच्या पवित्र हस्तांनी सकाळ-संध्याकाळ दिल्या जाणाऱ्या अर्घ्यातून तिला नवजीवन मिळत होते. त्या जीवनातून हे संगीत स्फुरत होते.

पण समतेच्या तीरावर बसलेल्या एका व्यक्तीला हे मधुर संगीत ऐकू येत नव्हते. ती व्यक्ती पुन:पुन्हा नदीच्या पात्रात डोकावून पाहत होती. तिचे काय हरवले होते आणि तमसा ते तिला कसे शोधून देणार होती, ते त्या दोघांनाच ठाऊक!

पाहता पाहता ती व्यक्ती एकदम दचकली. तिने झटकन मान वळवून मागे पाहिले. तो किलबिलणाऱ्या पाखरांचा थवा नव्हता! ऋषिकुमारांचा घोळका होता. अरण्यातल्या वाटेने चालता चालता तो घोळका एकदम थांबला होता. त्यातला एक कुमार नदीतीराकडे पाहत म्हणाला,

"कोण रे ते?"

दुसऱ्या वेंधळ्या मुलाने विचारले,

उ:शाप

"कुठं, कुठं?"

"तो पाहा, तो पाहा. तमसेच्या तीरावर कुणीतरी मनुष्य बसला आहे."

"बसू दे." तिसरा अतिव्यवस्थित कुमार उद्गारला, 'आपल्याला त्याच्याशी काय करायचंय? पीत असेल कुणी नदीचं पाणी! आज आश्रमात रामायण-गायन होणार आहे. ऋषी-महर्षी ते ऐकायला आले आहेत. त्या सर्वांच्या पर्णकुटिका स्वच्छ ठेवणं, या फुलांचे गुच्छ करून ते त्यांना देणं, ही कामं आता लवकर पार पाडली पाहिजेत. आल्यागेल्या वाटसरूची चौकशी करीत बसायला इथं वेळ कुणाला आहे?"

पहिल्या कुमाराने हे सारे बोलणे शांतपणे ऐकून घेतले. मग तो म्हणाला,

"या तमसेच्या तीरावरच भगवान वाल्मीकींवर देवी सरस्वती प्रसन्न झाली. एक क्रूर कृत्य पाहून त्यांची करुणा उचंबळून आली. अशा महाकवीच्या

आश्रमातले शिष्य आहोत आपण. या नदीच्या काठावर बसलेला मनुष्य एखादा दीन, दु:खी जीव असेल! त्याला आपण आश्रमात नेऊ. महर्षींना भेटवू. ते त्याचं दु:ख हलकं करतील!''

आतापर्यंत न बोललेला एक बटू एकदम पुढे आला आणि म्हणाला,

''अहो कविमहाशय, तुमचं पांडित्य पुरे करा. म्हणे, हा कुणीतरी दु:खी जीव असेल! अरे वेड्या, आपण रामराज्यात राहतो. या राज्यात मनुष्य दु:खी असणं शक्य आहे का? या राज्यात दैन्य औषधाला तरी मिळेल का? तसं असतं, तर भगवान वाल्मीकींनी रामाला आपल्या महाकाव्याचा नायक कधीच केलं नसतं!''

इतर कुमारांशी वाद घालण्यात अर्थ नाही, असे पहिल्या कुमाराने मनाशी ठरविले.

तो रूक्ष स्वराने म्हणाला, ''तुम्ही चला आश्रमाकडं, पर्णकुटिका शृंगारा. पाहुण्यांची ऊठबस करा. फुलांच्या माळा गुंफा. हा मनुष्य कोण आहे, इतका वेळ तो नदीच्या काठावर का बसला आहे, हे कळल्याशिवाय मी आश्रमाकडं येणार नाही.''

तो कुमार घोळक्यातून बाहेर पडला आणि तीरासारखा तमसेच्या काठी आला. खाली मान घालून बसलेल्या त्या पुरुषाकडे त्याने निरखून पाहिले. तो त्याला ओळखीचा वाटला नाही. त्याच्याजवळ जाऊन कुमार मृदू स्वराने म्हणाला,

''महाराज...''

त्या पुरुषाने चमकून मान वर केली, मग मागे वळून पाहिले. कुमार त्याच्या मुद्रेकडे निरखून पाहू लागला.

वार्धक्याकडे झुकलेला एक ओबडधोबड पुरुष होता तो! तरुणपणी त्याची अंगकाठी खूप बळकट असावी. कदाचित तो एखादा प्रसिद्ध धनुर्धरही असेल. त्याचे बाहू अजूनही पिळदार दिसत होते. त्याच्या डोक्यावरल्या रूक्ष जटा काळ्यापांढऱ्या केसांमुळे अर्धवट वाळलेल्या गवताच्या पुंजक्याप्रमाणे दिसत होत्या. तो एक फाटके वल्कल नेसला होता. त्याचे पाय धुळीने भरले होते. तमसेच्या काठावर इतका वेळ बसूनही ते त्याने धुतले नव्हते.

तो कोण असावा, याचा काही केल्या कुमाराला तर्क करता येईना.

त्या अनोळखी पुरुषाने त्याला प्रश्न केला,

''बाळ, वाल्मीकी ऋषीचा आश्रम इथं कुठं जवळच आहे ना?''

वाल्मीकीऋषी? एकवचन? हा कुणीतरी असभ्य मनुष्य असावा, असे कुमाराला वाटले; पण आपला भाव मुद्रेवर दिसू न देता त्याने उलट विचारले,

''भगवान वाल्मिकींचा आश्रम?''

''भगवान बिगवान मला काही ठाऊक नाही. वाल्मिकी नावाचा एक ऋषी या बाजूला पूर्वी राहत होता. त्याला भेटायचंय मला.''

नागरसंस्कृतीशी अपरिचित असलेला हा कुणीतरी रानटी मनुष्य असावा, अशी कुमाराला शंका आली. त्याने विचारले,

''भगवान वाल्मीकींची आणि तुमची ओळख आहे?''

''मी त्यांना चांगलं ओळखतो, इतकी वर्षं झाली पण त्यांची आठवण झाली नाही, असा एक दिवस गेला नाही माझा.''

कुमार क्षणभर विचारमग्न झाला. मग तो म्हणाला,

''मी त्यांच्याच आश्रमातला एक शिष्य आहे. माझ्याबरोबर चला तुम्ही तिकडं, पण महर्षी लगेच तुम्हाला भेटणार नाहीत.''

''ते का?''

''त्यांनी रामायण म्हणून एक सुंदर महाकाव्य रचलं आहे. मोठमोठ्या विद्वान मंडळींपुढं त्यांचं गायन होणार आहे आत्ता.''

''रामायण? काय आहे या रामायणात?''

''राजा रामचंद्रांची पवित्र कथा आहे ती!''

''राजा रामचंद्र? अयोध्येचा राजा राम?'' उपहासाने हसत तो पुरुष पुढे म्हणाला, ''चार लोक तोंडाला येईल ते बोलत सुटले, म्हणून आपली बायको टाकून देणारा राम?''

कुमार दचकला. हा मनुष्य वेडाबिडा तर नाही ना, अशी आता त्याच्या मनात शंका आली. तो गडबडीने म्हणाला,

''माझे सारे सोबती पुढे गेले. आश्रमात जायला उशीर होतोय मला.''

तो मनुष्य उठला आणि त्याला म्हणाला,

''चल, मीही येतो तुझ्याबरोबर. वाल्मीकी मला सावकाश भेटले, तरी चालेल.''

कुमार गोंधळून गेला. पण आता या विक्षिप्त व्यक्तीला टाळणे त्याला शक्य नव्हते.

दोघे बरोबर चालू लागले. चालता चालता तो पाहुणा प्रत्येक मोठ्या झाडाकडे पाहत होता. तो एकदम मध्येच थांबला. एका वृक्षाच्या आडव्या फांदीकडे टक लावून पाहू लागला.

कुमाराने विचारले, ''काय पाहताय एवढं?''

पाहुणा उत्तरला, ''माझा जुना मित्र आहे हा, त्याच्याशी थोडं बोलतोय!''

कुमार आश्चर्याने उद्गारला,

''म्हणजे तुम्ही या भागात पूर्वी राहत होता?''

"हो, पुष्कळ वर्षं झाली त्याला."
"इथून कुठं गेला?"
"कुठं? कुठं म्हणून सांगू? एकसारखा भटकतोय मी. डोकं टेकवायला कुठं जागाच मिळत नाही मला! काय सांगू, पोरा मला गाव नाही, मला नाव नाही, फक्त हा जीव आहे! तो काही केल्या जात नाही रे!"
कुठल्यातरी भयंकर दुःखाने पाहुण्याचे मन भारावून गेले आहे, हे कुमाराने ओळखले. तो मुकाट्याने पुढे चालू लागला.

भगवान वाल्मीकींचे रामायणगायन सुरू झाले. आश्रमातल्या एका भव्य वृक्षाखाली उंच जागी बसलेल्या वाल्मीकींच्या मुखातून श्लोकामागून श्लोक बाहेर पडू लागले. पावसाळ्यातील सरीसारखे ते सर्वांना शीतल आणि सुखदायक वाटले. श्रोत्यांची मने टवटवली. हिरवीगार होऊन पुढल्या जीवनस्पर्शाची आतुरतेने वाट पाहू लागली.

महर्षी रामकथा गात होते. तिच्यातल्या काव्याने, नाट्याने आणि कारुण्याने श्रोतृवृंद तल्लीन होऊन गेला होता. वयस्क ऋषिमुनी पुनःपुन्हा 'साधु! साधु' असे उद्गार काढीत होते. एखादी सुंदर उपमा आली किंवा मार्मिक स्वभावच्छटा प्रकट झाली की, श्रोत्यांतली पंडित मंडळी प्रसन्न मुद्रांनी माना डोलावित होती.

आबालवृद्ध श्रोत्यांच्या या आनंदात सहभागी न होणारी एकच व्यक्ती त्या समाजात होती. ती म्हणजे कुमाराबरोबर आश्रमात आलेला तो पाहुणा! तो दूर एका कोपऱ्यात बसला होता. जिकडे-तिकडे सुंदर चांदणे पसरावे, त्यात वृक्षवेलींनी न्हाऊन निघावे; पण अरण्यातल्या एखाद्या निबिड जाळीत मात्र अंधारच असावा, तसा तो निर्विकार पाहुणा वाटत होता! काव्यातली राम-सीता वनवासाला निघाली. सारी अयोध्या रडू लागली. ते वर्णन कविमुखाने ऐकता ऐकता संयमी म्हणून गाजलेल्या ऋषिमुनींचेही डोळे पाणावले. पण हा पाहुणा मात्र एखाद्या शिलाखंडाप्रमाणे स्तब्ध बसला होता. हे दुःख त्याच्या गावीही नसावे.

महर्षी वाल्मीकींच्या मुखातून श्लोकामागून श्लोक बाहेर पडत होते. भगवान शंकरांच्या मस्तकातून निघणाऱ्या गंगेच्या तरंगांप्रमाणे!

कथाभाग सीताहरणापर्यंत आला. रात्र होताच आकाशात एक-एक चांदणी उगवावी, हां हां म्हणता आभाळ लाखो चांदण्यांनी फुलून जावे आणि नीलगगनाला अपूर्व शोभा यावी, तशी आता श्रोतृवृंदाच्या मनाची स्थिती झाली होती. रामाचा पराक्रम, सीतेचे सौंदर्य, कैकेयीचा हट्ट, राम, लक्ष्मण व सीता यांचा त्याग, सारे सारे आदिकवींनी मोठ्या अपूर्व शैलीने वर्णन केले होते. पण आता जो प्रसंग येणार

होता, तो...

सारी सभा जिवाचा कान करून पुढला कथाभाग ऐकू लागली. कांचनमृगाचे आगमन होताच दोन-तीन ऋषिपत्नींच्या मुखातून चकचक असा आवाज नकळत निघाला. आगामी दु:खाची छाया साऱ्या श्रोतृवृंदावर पसरली.

दूर कोपऱ्यात बसलेला पाहुणा मात्र कांचनमृगाचे नाव निघताच उल्हसित झाला. धनुष्याला बाण लावून तो सोडावा, तसे हातवारे त्याने उगीच केले. एक-दोन शिष्यांचे लक्ष त्याच्याकडे गेले. त्याचे ते हातवारे त्यांना वेड्यासारखे वाटले. त्याच्याजवळ जाऊन 'स्वस्थपणे कथा ऐका' असे गोड शब्दात त्यांनी सांगितले.

लगेच तो पाहुणा एखाद्या पुतळ्यासारखा निश्चल झाला.

नदी नवी वळणे घेत घेत भरभर समुद्राकडे जाते, तशी कथा पुढे चालली होती. रावण आला. त्याने सीतेला उचलले. सीता आक्रोश करू लागली. सारी सभा करुण रसात बुडून गेली. एक-दोन तापसी स्त्रिया डोळे पुशीत उठल्या आणि बाहेर गेल्या. त्यांना पुढचा कथाभाग ऐकवेना. आकाशातून सीतेला घेऊन जाणाऱ्या रावणाची, स्कंधावर वीज धारण करणाऱ्या कृष्णमेघाशी कवीने केलेली तुलना पाहून काही पंडित इतके आनंदित झाले की, नकळत त्यांनी टाळ्या वाजविल्या! लगेच आपल्या कृतीची त्यांची त्यांनाच लाज वाटली. प्रसंग कारुण्याने ओतप्रोत भरलेला, सीता आक्रोश करीत असलेली, श्रोतृवृंद दुःखात बुडून गेलेला आणि...

ती पंडित मंडळी खाली मान घालून पुढला कथाभाग ऐकू लागली. मात्र सीतेच्या करुण आक्रोशाचा पुतळ्याप्रमाणे निश्चल बसलेल्या त्या पाहुण्यावर काहीही परिणाम झाला नाही.

कथा हरणाच्या वेगाने पुढे धावू लागली. राम आश्रमात परत आला. तिथे सीता नाही, हे पाहून व्याकूळ झाला. 'हे सीते, हे सीते' म्हणून तो शोक करू लागला. ती मंदाकिनीवर पाणी आणायला गेली असेल, म्हणून तो नदीतीरावर गेला. तिथे वृक्षांना कवटाळून वेली नेहमीप्रमाणे हसत उभ्या होत्या. पक्ष्यांची जोडपी नदीच्या प्रवाहात आनंदाने क्रीडा करीत होती. फक्त राम तेवढा एकटा होता! 'सीते, सीते, जानकी, जानकी' अशा मोठमोठ्याने हाका त्याने मारल्या. भोवतालच्या वन-भागातून या हाकांचा प्रतिध्वनी परत त्याच्या कानी पडला.

राम रात्रभर आश्रमाभोवतालचा वनभाग शोधीत होता. लता-कुंज, वनगुंफा, जिथे जिथे म्हणून सीता कधी ना कधी गेली होती, बसली होती, विसावली होती, तिथे तिथे तो गेला. रात्री चांदणे पडल्यावर, सीतेचे पाऊल कुठे उमटलेले दिसते

का, हे पाहण्यासाठी त्याने वनातल्या अनेक पाऊलवाटा न्याहाळल्या. पण ती कुठे गेली असावी, हे सांगणारी एकही खूण त्याला मिळाली नाही! तो वेड्यासारखा झाला. वृक्षलतांना, पुष्पकळ्यांना आणि हरिणशावकांना 'सीता कुठं तुम्हाला दिसली का?' असे व्याकूळ स्वराने तो विचारू लागला.

रामाचा शोध आणि विलाप सुरू होताच कोपऱ्यात बसलेला पाहुणा चुळबुळ करू लागला. तो पळा-पळाला अधिक अधिक अस्वस्थ होऊ लागला. त्याच्या मुद्रेवरला दगडी मुखवटा क्षणार्धात गळून पडला. कितीतरी सूक्ष्म, आर्त करुणभाव त्याच्या ओबडधोबड चेहऱ्यावर आलटून पालटून आपले अस्तित्व प्रकट करू लागले. आपल्या राकट हातांची बोटे एकमेकांत गुंतवून तो त्यांची चाळवाचाळव करू लागला. असे काही क्षण गेले. मग त्याने आपली मान खाली केली. दोन्ही हातांनी मस्तक घट्ट धरून तो बसला. आणखी काही क्षण गेले. मग एक अस्फुट हुंदका त्याच्या तोंडून बाहेर पडला. त्या शांत सभेत तो सर्वांना ऐकू आला! पुढल्याच क्षणी हातांनी तोंड झाकून घेऊन तो ओक्साबोक्शी रडू लागला.

भगवान वाल्मीकींचे लक्ष त्याच्याकडे गेले. त्यांचे काव्यगायन थांबले.

तो कोण होता, का रडत होता, हे कुणालाच कळले नाही. सारे त्याच्याकडे टकमक पाहू लागले.

इतक्यात दोन-तीन शिष्य त्याच्याजवळ गेले. त्यांनी त्याचा हात धरून हळूहळू त्याला दूर नेले.

थोड्या वेळाने तो पाहुणा परत आपल्या जागेवर येऊन बसला. आता त्याचे मन शांत झाले असावे. त्याची मुद्रा पहिल्यासारखी अगदी दगडी दिसत होती.

कथेचा ओघ पळापळाला पुढे धावत होता. सीतेची अग्निशुद्धी झाली. प्रभू रामचंद्र पुष्पक विमानातून अयोध्येला परत आले. राज्याभिषेकाचा आनंदीआनंद जिकडे तिकडे पसरला. त्यातच सीतेला डोहाळे लागले आणि नेमकी याच वेळी तिच्या शुद्धतेविषयी प्रजाजनांना वाटणारी अमंगल शंका रामाच्या कानांवर पडली. त्याने तिचा त्याग करण्याचा निर्णय घेतला.

या प्रसंगाचे गायन करताना खुद्द वाल्मीकींचा स्वर घोगरा झाला होता. श्रोत्यांमध्ये विलक्षण उदासीनता पसरली होती. दुर्दैवी सीतेविषयी प्रत्येकाला सहानुभूती वाटत होती. जो तो आपापल्या परीने ती व्यक्त करीत होता. कुणी डोळे पुशीत होते. कुणी खिन्नपणाने खाली मान घालून बसले होते.

दूर कोपऱ्यात बसलेल्या त्या पाहुण्याचे डोळे पाणावण्याऐवजी त्याच्या

नाकपुड्या स्फुरू लागल्या. कपाळाला आठ्या पडल्या. सीतेला लक्ष्मणाने वनात सोडल्याचे वर्णन करणारा श्लोक संपला न संपला तोच तो पाहुणा ताडकन उठून उभा राहिला आणि मोठ्याने ओरडला,

''हा अधर्म आहे! हा अधर्म आहे!''

वाल्मीकींच्या काव्यगायनात पुन्हा खंड पडला. श्रोतृवृंदाचे त्यांच्यावर खिळून राहिलेले लक्ष द्विधा झाले. जो तो या मधेच ओरडणाऱ्या अपरिचित रानटी माणसाकडे थोड्या कुतूहलाने, पण पुष्कळशा तिरस्काराने पाहू लागला.

वाल्मीकी पाहुण्याला उद्देशून म्हणाले,

''बंधो, तुला काय सांगायचं आहे, ते मग सांग. काव्य मध्येच खंडित झाले, तर या सर्व सभ्यांचा विरस होईल.''

तो पाहुणा खाली मान घालून मुकाट्याने बसला.

रामायणगायन संपले. सर्व ऋषिमुनींनी पृथ्वीतलावर पहिले महाकाव्य निर्माण झाले म्हणून आनंद व्यक्त केला. महर्षींचे अभिनंदन करून त्यांना धन्यवाद देण्याकरिता ते उत्सुक झाले होते. पण भगवान वाल्मीकींची दृष्टी दूर कोपऱ्यात बसलेल्या त्या अपरिचित व्यक्तीकडे वळली होती. त्यांनी त्या पाहुण्याला पुढे घेऊन येण्याविषयी शिष्यांना खूण करून सुचविले.

तो पुढे आला, आपल्याजवळ बसण्याविषयी महर्षींनी त्याला आग्रह केला. पण तो त्यांच्या आसनावर तर बसला नाहीच, उलट तो खाली बसायलासुद्धा तयार होईना. शेवटी सर्वांना ऐकू जाईल अशा स्वरात महर्षी त्याला म्हणाले,

''बंधो! रामचंद्रानं केलेला सीतेचा त्याग हा अधर्म आहे, असं तू मघाशी म्हणालास!''

तो पाहुणा आता काय उत्तर देतो, हे ऐकण्याकरिता सारी सभा त्याच्याकडे पाहू लागली.

तो अपरिचित पुरुष कुर्ऱ्याने उद्गारला,

''होय. तो अधर्मच आहे. पारधीसुद्धा गाभण असलेल्या हरिणीवर बाण टाकीत नाही! तोसुद्धा धर्म जाणतो! तुमच्या या रामानं मात्र...''

वाल्मीकी शांतपणे उत्तरले,

''पत्नीचा प्रतिपाळ करणं हा पतीचा धर्म आहे. पण माझ्या महाकाव्याचा नायक केवळ पती नाही, तो राजा आहे! पतिधर्म आणि राजधर्म यातून श्रेष्ठ काय, हे त्यानं आपल्या आचरणानं दाखविलं आहे. राजा केवळ करुणेच्या आहारी गेला, तर त्याला आपला धर्म पाळता येणार नाही. त्यानं आपलं कर्तव्य केलंच पाहिजे. मित्रा, कर्तव्य करुणेपेक्षा श्रेष्ठ असतं, हे विसरू नकोस.''

पाहुण्याने प्रश्न केला,

"हे खरं ना, महाराज?"

वाल्मीकी प्रत्येक शब्दावर जोर देत उत्तरले,

"कर्तव्य करुणेपेक्षा श्रेष्ठ आहे, हे अक्षरश: खरं आहे. त्रिवार खरं आहे. हे त्रिकालाबाधित सत्य आहे. कर्तव्य कितीही कठोर असलं, तरी ते शांत मनानं करणं हाच माणसाचा धर्म आहे."

तो पाहुणा चाचरत म्हणाला,

"मग... मग..."

तो पुढे बोलेना, वाल्मीकी हसून म्हणाले,

"बंधो, भ्रात्या, असा संकोचू नकोस. तुला जे काही बोलायचंय, ते अगदी मोकळेपणानं बोल."

"मग... मग... तुम्ही..." एवढे बोलून तो एकदम थांबला.

सभाजन गालातल्या गालात हसू लागले. रामायणाचे गायन सुरू असताना हा अपरिचित मनुष्य किती रानटीपणाने वागला, हे सर्वांनी पाहिले होते. तो कुणीतरी वेडा असावा, शिष्यांच्या अनवधानामुळे त्याला या सभेत प्रवेश मिळाला, असे त्याच वेळी अनेकांच्या मनात आले होते.

महर्षींनी त्याची समजूत घालण्याची तसदी घेऊ नये, असे त्यांना सुचविण्याकरिता एक तरुण ऋषी आपल्या जागेवरून उठलासुद्धा! इतक्यात तो पाहुणाच बोलू लागला.

किंचित कठोर स्वराने तो वाल्मीकींना म्हणाला,

"मग तुम्ही ती विलक्षण शिक्षा मला कशी केली? का केली? मीही माझ्या कर्तव्याचं पालन करीत होतो!"

तो काय म्हणत आहे, हे वाल्मीकींना कळेना. ते विस्मययुक्त स्वराने त्याला म्हणाले,

"मित्रा, तू काय म्हणत आहेस, हे माझ्या लक्षात येत नाही. मी तुला शिक्षा केली?"

"हो, भयंकर शिक्षा केलीत तुम्ही मला!"

"केव्हा?"

"पुष्कळ वर्षं झाली त्या गोष्टीला."

"कुठं केली ती शिक्षा?"

"इथंच! तमसामाईच्या साक्षीनं!"

"तमसेच्या तीरावर? भयंकर शिक्षा? कसली? कशासाठी?"

"शाप दिला तुम्ही मला."

एखाद्या विद्ध हरणाप्रमाणे महर्षींची मुद्रा व्याकूळ झाल्यासारखी दिसू लागली. झटकन त्या पाहुण्याच्या खांद्यावर हात ठेवीत त्यांनी विचारले,

"म्हणजे? ज्याला मी शाप दिला होता, तो निषाद तू आहेस? तो व्याध तू आहेस?"

त्याने होकारार्थी मान हलवली.

तो उत्तरला, "होय, तोच मी दुर्दैवी निषाद!"

त्याच्या मुद्रेकडे निरखून पाहत वाल्मीकी म्हणाले,

"तुला मी ओळखलं नाही. क्षमा कर मला. त्या दिवशी वृक्षावर आनंदानं विहार करणाऱ्या क्रौंच पक्ष्यांच्या जोडप्यातला नर तू बाण मारून खाली पाडलास. ते दृश्य मला पाहवलं नाही. माझं मन कळवळलं. करुणेनं उचंबळून आलं. म्हणून ती शापवाणी माझ्या मुखातून निघून गेली."

"पण मुनिमहाराज, करुणेपेक्षा कर्तव्य श्रेष्ठ आहे, असं तुम्ही आताच म्हणाला ना?"

"होय."

"मग मला तो शाप द्यायचा तुम्हाला काय अधिकार होता? मी त्या क्रौंच नरावर नेम धरला, तो केवळ कर्तव्यबुद्धीनं! असं असताना माझं आणि माझ्या कुटुंबाचं सगळं जीवन दुःखी करून टाकण्याचा तुम्हाला कोणता हक्क होता, तुमची ती भयंकर शापवाणी कानांवर पडताच मी भयभीत झालो. खूप दूर पळून गेलो. एका गुहेत लपून बसलो. तुमच्या त्या देववाणीचा अर्थ काही मला नीटसा कळला नव्हता! पण तुमच्या स्वरातला राम मला पुरेपूर जाणवला होता. कितीतरी दिवस मी असा दडून बसलो. मग माझं भय थोडं कमी झालं. बायका-मुलांची चौकशी करायला मी परत आलो."

"तुला बायका-मुलं होती?" महर्षींनी मधेच विचारले.

"आम्ही साधी माणसं. कुणी ऋषिमुनी नव्हे. बायकोपोरांवाचून आम्हाला कसं करमणार?" तो व्याध उत्तरला. क्षणभर थांबून तो पुढे बोलू लागला, "त्या दिवशी मी शिकारीला बाहेर पडलो, तेव्हा माझी बायको अगदी मरणाच्या दारी पडली होती. माझ्या वाटेकडे लावलेल्या डोळ्यांतून तिचा प्राण केव्हा निघून गेला, हे कुणालाच कळलं नसेल. माझी वाट पाहून मला शोधण्याकरिता पोरंही कुठं दूरदूर भटकत गेली! माझी स्थिती भ्रमिष्टासारखी झाली. मिळालेल्या शिकारीवर बायकोमुलांसह या वनात मोठ्या आनंदानं राहत होतो मी. ती जागा आता मला खायला येऊ लागली. भुतासारखं एकटं राहायचं भय वाटू लागलं. तुमच्या त्या शापाची पावलोपावली आठवण होऊन छातीत धडकी भरत होती. मी इथून निघून गेलो. माझा धंदा सोडला. गावोगाव भटकलो. मिळेल तेवढं धर्माचं

ज्ञान मिळविलं. पण तुम्ही मला शाप का दिला, हे कोडं अजूनही मला सुटलेलं नाही! तुमच्याकडं येऊन मनाचं समाधान करून घ्यावं, माणूस म्हणून आज इथं आलो. योगायोगानं तुमचं हे महाकाव्य मला ऐकायला मिळालं. त्या काव्यात तुम्ही जे सांगितलं आहे, तेच मी करीत होतो. पण माझ्या वाट्याला शाप आला आणि या रामाच्या वाट्याला मात्र...''

महर्षी वाल्मीकी गोंधळल्यासारखे झाले होते. स्तब्ध बसले होते, त्यामुळे व्याध बोलतच राहिला; पण महर्षींची मुद्रा लवकरच शांत झाली. ते त्याला म्हणाले,

''मित्रा, तुझ्याविषयी माझ्या मनात कसलाही किंतु नव्हता. मी शाप दिला, तो निष्पाप पाखराची हत्या मला पाहवली नाही, म्हणून! अजून तो प्रसंग आठवून बघ. तू ज्यावेळी त्या क्रौंच नरावर बाण रोखला असशील, त्यावेळी तुलासुद्धा तो सोडू नये, असं वाटलं असेल!''

''वाटलं होतं. एकदा नाही, दोनदा नाही, अनेकदा मनात आलं होतं की, धनुष्याला बाण न लावता परत जावं! फांदीवर आनंदात बसलेलं ते जोडपं पाहून मला मोठा आनंद झाला होता. तिथं मी आणि माझी बायको बसलो आहोत, असा भास मला झाला होता. मग माझ्या मनात आलं होतं. मी आणि माझी बायको अशीच आनंदानं गोष्टी करीत बसलो असताना कुणी माझ्यावर बाण सोडला, तर...'' किंचित थांबून तो पुढे म्हणाला, ''तो बाण आपण सोडला, मुनिमहाराज. ज्या दिवशी माझ्यासारख्या पारध्यानं एका पाखराची हत्या केली असेल! पण त्याच दिवशी आपल्यासारख्या थोर ऋषीनं माझ्यासारख्या माणसाची हत्या केली! मी बाण सोडला, त्यावेळी आपल्याइतकंच माझंही मन दयेनं भरून गेलं होतं. पण मला माझं कर्तव्य पार पाडणं भाग होतं!''

''कर्तव्य? कशाला एवढा मोठा शब्द वापरतोस? कसलं कर्तव्य होतं तुला?''

व्याध हसत म्हणाला,

''रामासारख्या राजाला जशी कर्तव्यं असतात, तशी माझ्यासारख्या पारध्यालाही ती असतात. माझी बायको मरणाच्या दारी पडली होती. तिला एक मोठा विचित्र रोग झाला होता. क्रौंच पक्ष्याच्या मांसाचा रस तिला दिला, तर ती सुधारेल, असं एका म्हाताऱ्या भिल्लीणीनं मला सांगितलं होतं. तिनं या औषधाचा अनुभव घेतला होता. म्हणून त्या दिवशी ही शिकार शोधायला मी निघालो होतो. झाडावर ते क्रौंच जोडपं पाहिलं, तेव्हा मला विलक्षण आनंद झाला. बायको आता बरी झाली, असं वाटलं मला! त्या जोडप्यातली मादी मला सहज मारता आली असती! पण तिच्या जागी मला माझी बायको दिसत होती. म्हणून

मी नरावरच नेम धरला. मी स्वत:वरच नेम धरला होता! मी स्वत:लाच ठार मारीत होतो, पण ते माझं कर्तव्य होतं!''

सारी सभा चकित होऊन व्याधाची ही हकिकत ऐकत होती. आपण एखादे विचित्र स्वप्न तर पाहत नाही ना, असे सर्वांना वाटत होते. वाल्मीकी ऋषींनी दिलेल्या त्या शापाची कथा सर्वांनी कर्णोपकर्णी ऐकली होती. तो शाप नसून कवि-हृदयाचा मूर्तिमंत आविष्कार होता, असे वर्षानुवर्षे आबालवृद्ध मानीत आले होते. त्या शापाच्या प्रसंगाला दुसरी काही बाजू असेल, महर्षींच्या करुणेइतकीच प्रबळ अशी बाजू असेल, याची कुणाला कल्पनाही नव्हती. आता पुढे काय होणार, याचा कुणालाच तर्क करता येईना.

पाहुणा एक उसासा सोडून वाल्मीकींना म्हणाला,

''ठीक आहे, मुनिमहाराज, जातो मी. मी जे विचारायला आलो होतो, ते विचारून झालंय.''

वाल्मीकींकडे पाठ फिरवून तो खाली उतरू लागला. इतक्यात महर्षी आसनावरून उठले. त्यांनी त्याचे दोन हात आपल्या हातांत घेतले. सद्‌गदित स्वरात ते म्हणाले,

''मित्रा, माझा शाप माझ्या दृष्टीने बरोबर असेल! पण तुझ्या दृष्टीनं तो सर्वस्वी चूक होता. तुझी दृष्टी त्यावेळी कळणं मला शक्य नव्हतं. आज ती कळली. आज... फार उशिरा! माझ्या हातून नकळत तुझ्यावर झालेल्या अन्यायाचं परिमार्जन करण्याची माझी इच्छा आहे. बोल, काय करू मी तुझ्यासाठी?''

व्याध खिन्नपणाने हसून म्हणाला,

''काही नको!''

वाल्मीकी पुन्हा कोमल स्वराने म्हणाले,

''नको का म्हणतोस? अजून तुझा माझ्यावरचा राग गेलेला दिसत नाही. मित्रा, ज्या तपाच्या बळावर वाल्मीकीनं तुला शाप दिला, त्याच तपाच्या सामर्थ्यावर तो तुला उ:शापही देईल. बोल, कोणता उ:शाप देऊ तुला? काय हवंय तुला?''

आपले हात महर्षींच्या हातांतून सोडवून घेत व्याध उत्तरला,

''मुनिमहाराज, तुम्हाला उ:शाप द्यायचा असेल, तर तो एवढाच द्या... तुमच्या या महाकाव्यात राम सीतेचा त्याग करीत नाही, असं दाखवा!''

''मित्रा, रामकथा ही सत्यकथा आहे. ती बदलता कशी येईल?''

''मग...''

''बोल, हवा तो उ:शाप माग!''

''मग... तुमच्या या काव्यात रामानं सीतेला टाकल्यावर तिची नि त्या

क्रौंचपक्षिणीची भेट होते, असं दाखवा.''

"ती कशासाठी?"

"सीतेला त्या दु:खी पक्षिणीची समजूत घालू दे. 'तू माझ्यासारखीच दुर्दैवी आहेस आणि तुझा पती रामाइतकाच दुर्दैवी आहे,' असं सीता तिला सांगू दे.''

बोलताबोलता व्याध खाली उतरला आणि चालू लागला.

वाल्मीकी महर्षी मात्र त्याच्या त्या पाठमोऱ्या आकृतीकडे पाहता पाहता आपले डोळे पुसू लागले.

■

हिरवा चाफा

वि. स. खांडेकर

विसाव्या शतकाच्या पहिल्या दोन-तीन दशकांमध्ये समाजवाद, साम्यवाद, गांधीवाद यांसारख्या तत्त्वज्ञानांमुळे तसेच स्त्री-शिक्षणाचा प्रसार, सामाजिक जागृती अशा घटनांमुळे भारतीय जीवनात मोठे स्थित्यंतर घडून आले. व्यक्तिजीवनावरील बंधने सैल झाली. रूढसमजुतींना व नीतिकल्पनांना तडे गेले; समाजातील सर्वच क्षेत्रात स्त्रियांचा वावर होऊ लागला. श्रीमंत आणि गरीब यांच्यातील दरी वाढली. समाजातील काहींनी या नव्या जीवनपद्धतीचा सहज स्वीकार केला, काहींनी आपल्याला सोयीच्या गोष्टी स्वीकारल्या, तर उरलेले जुन्यालाच धरून राहिले.

'हिरवा चाफा' ही कादंबरी प्रथम १९३८ साली प्रकाशित झाली. यामध्ये या नव्या काळातील आरंभीच्या बदलांचे चित्रण आहे. यातील क्रांतिकारी विचारांनी भारलेला मुकुंद किंवा ध्येयाने प्रेरित झालेली सुलभा हे नव्या पिढीचे, तात्यासाहेब जुने ते सोने मानणाऱ्या पिढीचे, तर विजय पूर्णपणे नवे न स्वीकारलेल्या लोकांचे प्रतिनिधी आहेत.